Gửi Người Trong Mộng

GỞI NGƯỜI TRONG MỘNG
thơ xướng hoạ
Sông Tương & Tiểu Muội

Danh Ngôn
Lời vào tập: của ST & TM
Bìa: Uyên Nguyên Trần Triết
Dàn trang: Công Nguyễn
Nhân Ảnh xuất bản 2022, Amazon
Tác giả giữ bản quyền.

SÔNG TƯƠNG & TIỂU MUỘI

GỬI NGƯỜI TRONG MỘNG

Thơ Xướng Họa

NHÂN ẢNH 2022

DANH NGÔN:

- "Đời như giấc mộng lớn." Lý Bạch
- "Tất cả những gì ta thấy chỉ là giấc mơ trong giấc mơ."

(All that we see or seem is but a dream within a dream.) Edgar Allan Poe

- "Tất cả cảm hứng thi ca đều chỉ là giải mã những giấc mơ."

(All poetic inspiration is but dream interpretation.) Hans Sachs

- "Sống mà không hề mơ mộng thì chưa phải là đã sống."

(To live without dreaming is not to have lived at all.) Katrina Mayer

- "Không mơ mộng không thể có thơ, và không thơ không thể có đời sống dễ chịu được." Vallery Radot

- "Tình yêu cần sự mơ mộng cũng như lá phổi cần dưỡng khí." Saint Exupery

- "Tình yêu chân thật không phân biệt giai cấp tuổi tác, địa vị danh vọng... Nó sang bằng tất cả. Nó là vị thần của tình cảm." Lope De Vegas

- "Chúng ta yêu vì chúng ta yêu."

(We love because we love.) Balzac

Lời Vào Tập:

Khung Trời Viễn Mộng

Bước vào "GỞI NGƯỜI TRONG MỘNG" như bước vào một khung trời viễn mộng mơ hồ hư ảo tràn ngập khói sương, là cõi mộng, cõi riêng, cõi địa đàng của tình yêu miên viễn hư hư thật thật, sắc sắc không không, nơi hiện trú của tình yêu không phân biệt giai cấp, tuổi tác, địa vị, danh vọng... Tình yêu là thiên đường, và thiên đường là tình yêu.

Một ngày mùa Đông hồn anh giá lạnh
Thật tình cờ bắt gặp một tấm ảnh!
Nụ cười duyên dáng ánh mắt nghiêng trao
Như đã quen nhau tự kiếp nào?
(Duyên Nghiệp Đôi Ta Từ Kiếp Trước - thơ Sông Tương)

Suốt 3 tháng thương hình tưởng bóng đến ngày 17/3/2020, ST quen TM qua bài thơ "Cảm Tạ". Mối tình thơ bắt đầu từ đó cho đến tháng 10/2022, họ đã có hơn 300 bài thơ viết cho nhau dù chưa một lần diện kiến ngoài đời thực.

Bài thơ tình, từ dạo ấy ai trao
Đời đắng chát bỗng ngọt ngào thi vị
Kể từ đó mỗi đêm dài mộng mị
Ta với mình thành tri kỷ hoà thơ
(Lạc Giữa Suối Thơ - thơ Tiểu Muội)

Hơn 300 bài thơ là những "chiếc lá vàng làm làm bằng chứng" cho tình yêu của họ. (*)

Tình yêu mãnh liệt hiện hữu có thật trong đôi tim mơ mộng, lãng mạn, cháy bỏng, khát khao, trong khi ngoài đời thực thì muôn trùng trắc trở. Họ mạnh mẽ vượt mọi rào cản, can đảm xoá nhoà mọi biên cương để đến với nhau dù chỉ trong tâm tưởng hay cõi mộng. Họ gọi tên NGƯỜI TRONG MỘNG mà:

"Nước mắt là ngôn ngữ câm lặng của đau buồn"
(Voltaire)
"Tìm đâu cho thấy người trong mộng?" (Tản Đà)

Mối tình thơ nồng nàn thanh cao, nhưng đầy cô đơn, sầu khổ.

Họ có thể ràn rụa nước mắt ngoài đời thực, nhưng trong cõi mộng họ hạnh phúc hân hoan trong tình yêu thiêng liêng cao cả không gợn chút bụi trần.

Họ có thể thất bại ngoài đời thực, nhưng trong mộng họ là người tình và tri âm tri kỷ của nhau.

Tình yêu đã được duy thức/ a lại da thức mách bảo, là duyên nghiệp diệu kỳ đã ràng buộc họ từ muôn kiếp trước.

"Lòng ta chôn một khối tình
Tình trong giây phút mà thành thiên thu."
(*Félix Arvers, Khái Hưng dịch*)

Dù đời có ra sao, tình có trắc trở thế nào, thì họ vẫn cứ yêu nhau dù chỉ yêu trong tâm tưởng, trong cõi mộng.

Chính cõi mộng đã làm cho tình yêu của họ thăng hoa, lãng mạn, và cao đẹp nhứt trong đời.

Tương tư vì một tấm hình
Tận cùng hồn phách tâm linh bồi hồi
Thần giao lớp lớp mây trôi
Từ đâu tiền kiếp xa xôi bay về
(*Tương Tư Vì Một Tấm Hình - thơ Sông Tương*)

Giọng ai êm ái lạ thường
Phải chăng lời của người thương, kiếp nào?

Tìm về trong giấc chiêm bao
Mơn man làn tóc, ngọt ngào đắm say
(Mộng Tình Thơ - thơ Tiểu Muội)

SÔNG TƯƠNG & TIỂU MUỘI
Ngày 8/10/2022

(*) *"Anh nói với người phu quét đường*
Xin chiếc lá vàng làm bằng chứng yêu em."
(Em Đến Thăm Anh Đêm 30 - nhạc Vũ Thành An - thơ Nguyễn Đình Toàn)

1

Tương Tư Vì Một Tấm Hình

Tình cờ xem tấm hình em
Bỗng nhiên xúc động như quen thuở nào?
Trước hàng trăm tấm thanh tao
Mà sao ta chỉ xuyến xao hình nàng?

Nụ cười toả nắng nhẹ nhàng
Đôi mắt biết nói lại càng vấn vương
Sáng chiều tơ tưởng nhớ thương
Ngày dài rầu rĩ đêm thường chiêm bao

Như quen nhau tự kiếp nào?
Phải đôi mắt ấy ba đào tim ta?
Phải bờ môi ấy phù hoa?
Ướp bao rượu mật cho ta say tình?

Tương tư vì một tấm hình
Tận cùng hồn phách tâm linh bồi hồi
Thần giao lớp lớp mây trôi
Từ đâu tiền kiếp xa xôi bay về

SÔNG TƯƠNG
15/3/2020

2

Cảm Tạ

Cũng đã hoàn thành xong một ngày
Ròng rã se duyên tình đắm say
Cảm tạ ông Trời cho năng khiếu
Đồng hành cùng những ban nhạc hay

Cuộc sống muôn màu lẽ tự nhiên
Quên hết lo toan lẫn muộn phiền
Mai này dẫu có ngàn vạn biến
Vẫn mong cuộc sống được bình yên

Lưu lại mai này xem đỡ buồn
Nhớ phòng chống dịch nha bà con
Chân thành chúc cả nhà may mắn
Vạn sự hanh thông được thuận duyên.

TIỂU MUỘI
Thứ Ba, 17/3/2020

Ninh Hoà – Vạn Giã Đâu Xa?
(Thơ tặng TM)

Ninh Hoà - Vạn Giã đâu xa?
Từ trong tiền kiếp vẫn là bà con
Cùng trông con mắt đã mòn
Cùng nhìn đỉnh núi Ba Non mây bồng

Cùng xuôi thuyền vịnh Vân Phong
Cùng qua Đèo Cả một lòng thuỷ chung
Ngày nào chung sống Khánh Ninh
Vì đâu phân rẽ duyên tình đôi ta?

Ninh Hoà - Vạn Giã đâu xa?
Từ trong muôn kiếp vẫn là một thôi

SÔNG TƯƠNG
17/3/2020
▪ TM: Cám ơn anh tặng thơ. (17/3/2020).

3

Gởi Người Trong Mộng
(Gởi TM)

Mùa dịch thế giới buồn đau
Phố phường hoang vắng ve sầu ni non
Còn ta khắc khoải cô đơn
Nửa vòng trái đất quay còn nhớ thêm

Người bên ngày kẻ bên đêm
Đại dương cách trở lòng càng nhớ thương
Nhớ Vân Phong nhớ Hiền Lương
Nhớ người Ca sĩ vấn vương tơ lòng

Bốn mùa xuân hạ thu đông
Nguyện làm thiếu phụ bên sông đưa đò
Con đò em dệt bằng thơ
Chỉ hồng kết tóc xe tơ cho người?

Thế nhưng em vẫn đơn côi
Đi về một bóng bên đời quạnh hiu
Làm sao cắt nghĩa tình yêu?
Đêm qua thức trắng nghĩ nhiều về em

Muốn quên lòng lại nhớ thêm
Tóc dài óng ả dáng tiên diễm kiều
Mắt hồ thu khói sương chiều
Nhốt hồn ta đã bao nhiêu đêm dài

Môi hồng chẳng phải hoa đào
Cũng không rượu mật mà sao thế này?
Chỉ nhìn thôi đã đắm say
Cho linh hồn mãi lưu đày bến Tương

Muốn quên lòng càng nhớ thương
Người bên đêm cứ vấn vương bên ngày
Trái tim thầm lặng đắm say
Mà người trong mộng chẳng hay biết gì!

SÔNG TƯƠNG
25/3/2020

Mộng Tình Thơ
(Tặng ST)

Đêm nghe gió hát rì rào
Mộng thường chân bước lạc vào vườn thơ
Xuyến xao ngắm những đường tơ
Khen ai khéo dệt bên bờ sông Tương

Giọng ai êm ái lạ thường!
Phải chăng lời của người thương, kiếp nào?
Tìm về trong giấc chiêm bao
Mơn man làn tóc, ngọt ngào đắm say

Hồn lạc tận chín tầng mây
Xoá tan khoảng cách đó ngày, đây đêm
Chỉ còn lại phút êm đềm
Bên chàng thi sĩ ru êm giấc nồng

Dẫu đời sắc sắc, không không
Em xin giữ đoạn phiêu bồng tình thơ
Để khi tỉnh giấc thẫn thờ
Sắc, không?? em lại trở về chính em

Ngoài hiên, sương lạnh... gió đêm
Cô phòng, thiếu phụ buông rèm đọc thơ.

TIỂU MUỘI
27/3/2020

Bài Thơ Đầu Muội Viết Cho Huynh
(Hồi đáp bài Mộng Tình Thơ của TM)

Trên trời lớp lớp phù vân
Huynh đi trẩy hội mùa Xuân hoa đào

Về nhà đọc những vần "ao"
Vần "ương" cứ ngỡ lạc vào vườn mơ

Bài thơ tình "Mộng Tình Thơ"
Lần đầu M viết thẫn thờ hồn ai
Vượt qua biên giới đường dài
Xoá tan khoảng cách phía ngày bên đêm

Cho mình gần gũi nhau thêm
Cho đời ý nghĩa cho đêm yên lành
Cho trời đất thắm màu xanh
Cho tình đẹp tựa bức tranh êm đềm

Đoá hồng xin gởi đến M
Thay lời cảm tạ nàng Tiên yêu kiều
Đọc thơ nàng hết cô liêu
Thơ nàng chở biết bao nhiêu ân tình?

SÔNG TƯƠNG
Mar 27, 2020

4

Xin Gởi Người Trong Mộng
Gởi TM

Xin gởi người trong mộng
Mối tình thơ phiêu bồng
Trái tim thơ lạc lõng
Hồn thơ hoài ruổi rong

Xin gởi người trong mộng
Trăm bài thơ thắm nồng
Vạn ngôn tình lãng mạn
Biển ngập tràn nhớ mong

Xin gởi người trong mộng
Ngàn ước mơ cháy lòng
Triệu đam mê khát vọng
Núi muôn đời ngóng trông

Xin gởi người trong mộng
Cả một mùa Hạ hồng
Cả biển trời mây sóng
Và tình em ngập lòng

SÔNG TƯƠNG
Ngày 18/4/2021

Em Đợi Người Trong Mộng
Hoạ vận thơ ST

Em đợi người trong mộng
Cùng đến cõi tiên bồng
Hồn thoát cơn lạc lõng
Duyên đời hết rêu rong

Em đợi người trong mộng
Vỗ về giấc say nồng
Lời tình ru tản mạn
Khắc sâu niềm thương mong

Em đợi người trong mộng
Năm tháng sắt se lòng
Vẫn hoài ôm hi vọng
Một ngày thoả chờ trông

Em đợi người trong mộng
Đợi đến nhạt má hồng
Đợi anh làm con sóng
Ôm bờ em vào lòng.

TIỂU MUỘI
18/4/2021

5

Giữa Mùa Đại Dịch

Nghe trong tiềm thức tiếng kinh cầu
Lời dự ngôn buồn bã canh sâu
Cõi tạm ưu sầu đang nhiễm bịnh
Trần gian mờ mịt sẽ về đâu?
Cuộc tình trắc trở xa nghìn dặm
Biên giới mờ phai trước biển dâu
Sầu khổ đêm đêm trăn trở mãi
Người giang vĩ nhớ thương giang đầu

SÔNG TƯƠNG
Ngày 26/3/2020

Đại Dịch Gieo Chi
(Hoạ vận thơ ST)

Đại dịch gieo chi cảnh cơ cầu?
Đành chôn nỗi nhớ tận tim sâu
Nơi nơi đau đớn trong dịch bệnh!
Chốn chốn quằn quại biết đến đâu?
Bên ấy hồn theo sầu muôn dặm
Chốn đây dạ ở lắm bể dâu
Chỉ mong đây đó còn thương mãi
Vẫn đẹp mai sau tựa lúc đầu.

TIỂU MUỘI
Ngày 26/4/2020

6

Đợi Gì?

Trai tài gái sắc gặp nhau
Đợi gì...? không kết trầu cau trao tình?
Người ta đám cưới linh đình
Anh ơi! Chuyện của chúng mình tính sao!?

TIỂU MUỘI

Trắc Trở
(Hoạ vận thơ TM)

Tri âm tri kỷ gặp nhau
Hai phương ngàn dặm khổ đau vì tình
Đời còn trắc trở linh đinh
Em ơi chẳng biết chuyện mình rồi sao?

SÔNG TƯƠNG

7

Sài Gòn Nay Bỗng Yêu Kiều
Gởi TM

Dễ thương duyên dáng quá chừng!
Khung cảnh thơ mộng Xuân trong mùa Hè
Sài Gòn tất bật nhiều bề
Mưa thương nắng nhớ ai về chiều nay?

Xin làm một áng mây bay
Theo M suốt đoạn đường đầy dấu yêu
Sài Gòn nay bỗng yêu kiều!
Huy hoàng tráng lệ mỹ miều xinh tươi

Bởi vì có mặt M tôi
Người tôi yêu quý suốt đời hoài mong
Quê nàng ở tận vịnh Phong
Không xa chùa Hải rừng thông núi Đà

Đoan trang thuỳ mị nết na
Vào thăm con gái đường xa dặm dài
Cô sinh viên năm thứ hai
Cũng xinh như Mẹ miệt mài bút nghiên

Hôm kia gặp lại Mẹ hiền
Ngã vào lòng Mẹ là Tiên trong đời!
Tình Mẹ lồng lộng mây trời
Bao la biển Thái rạng ngời niềm vui

Sài Gòn nay bỗng ngậm ngùi!
Phút giây đáng nhớ trong đời là đây!
Sài Gòn nay bỗng đầy mây
Cho tình Mẫu tử đong đầy thương yêu

Cầm tay con dặn bao điều...
Con ôm chặt Mẹ ươm nhiều ước mơ...
Đường về xa lắc xa lơ
Cho T gởi mấy vần thơ bạn cùng

SÔNG TƯƠNG
Ngày 20/6/2020, 10:08 AM
(ST ứng khẩu tặng TM - đang trên chuyến xe đò Sài Gòn-Vạn Giã)

Viếng Chùa
(Tặng ST)

Xuân Tự có núi Phổ Đà
Có chùa Giác Hải, có toà Quan Âm
Vịnh Vân Phong sóng triều âm
Sơn bao thuỷ bọc Phật Nằm an nhiên

Dịu dàng tà áo lam hiền
Tiếng chuông đồng vọng, chùa nghiêng bóng tà
Kinh cầu theo gió lan xa
Hương trầm toả ngát, Ta Bà Tịnh Tâm.

TIỂU MUỘI
20/6/2020 11:05 AM
(TM ứng khẩu trên xe đò SG-VG)

8

T và M Mối Tình Thơ
Gởi TM

T và M mối tình thơ
Mối tình đẹp nhất trên bờ thi ca
Mối tình khờ dại thiết tha
Chỉ toàn đau khổ cách xa vạn trùng

Nỗi buồn che kín không trung
Ngày đêm khắc khoải nhớ nhung ngập hồn
Yêu từ giọng nói ôn tồn
Mê từ tiếng hát u buồn vắng xa

Si từ nét đẹp kiêu sa
Áo dài tim tím đôi tà bay bay
Một trời biển mộng đầy mây
Bên kia chùa Hải bên này hòn Ông

Hỡi nàng Tiên Vịnh Vân Phong!
Sáng chiều trầm mặc chuông đồng vọng sang
Hương trời sắc nước là nàng
Hồn ta điên đảo ngút ngàn nhớ mong

Ta đang chết đuối giữa dòng
Mà thơ nàng lại mênh mông biển sầu
Đưa hồn khờ dại về đâu?
Yêu là sống giữa nhiệm mầu thiên thu

Bốn mùa sương khói mịt mù
Vần thơ ứng khẩu đẹp như hồn nàng
Tinh khôi kiều diễm cao sang
Tìm đâu giữa chốn đại ngàn tam thiên?

Giọng nàng mà mượt thảo nguyên
Tìm đâu giữa chốn vân thiên thanh hà?
Hữu duyên gặp giữa ta bà
Tạ ơn tri ngộ đậm đà tình sâu

SÔNG TƯƠNG
Jun 20, 2020 lúc 12:33 PM
(Ứng khẩu tặng TM - đang trên xe đò SG-VG)

Muốn Theo Anh Viếng Chùa Quê
(Tặng ST)

Ước một lần về với quê anh
Ngắm sông Dinh hiền lành chảy nhẹ
Ôi dịu ngọt như dòng sữa mẹ!
Nuôi một thời thơ trẻ bên sông

Chùa Thiên Bửu anh nhớ nhiều không?
Tháp Bửu Dương lân long chầu phục
Nơi thánh địa, hiền nhân tri túc
Độ người phàm thoát tục, lìa mê

Cho em về thăm lại chùa Quê
Kìa! cây gạo hè về thắp lửa
Ngôi cổ tự liêu Thiền rộng cửa
Tiếng kinh chiều chan chứa tình quê

Hứa nhé anh, hứa dắt em về?
Cùng nhau ngắm Sông Quê Yêu Dấu.

TIỂU MUỘI
Ngày 20/6/2020 lúc 12:36 PM.
(TM ứng khẩu trên xe đò SG-VG)

9

Khung Trời Đợi Mong
Gởi TM

Cuộc đời ngắn chỉ bằng gang
Không chờ chẳng đợi trường giang lạnh lùng
Mối sầu che kín không trung
Mòn con mắt đợi nơi khung trời nào?

SÔNG TƯƠNG
25/4/2020
(TM đã đặt giùm tựa trên)

Khung Trời Ước Vọng
(Tặng ST)

Tình người vốn tại nơi Tâm
Có duyên có nợ mới tầm được nhau
Trường giang cuốn mọi ưu sầu
Khung trời ước vọng ngàn sau vẫn chờ.

TIỂU MUỘI
25/4/2020 (Ứng khẩu tại chỗ)

10

Bi Thương Mùa Covid

Từ quê đến phố phường
Từng đôi chân bước vội
Lạnh lẽo tận góc đường
Chẳng còn đông như hội

Lối quen chẳng ai đi
Quán xá không người đến
Toàn xã hội cách ly
Vắng như thuyền không bến

Trái tim như thắt lại
Thế giới lệ tuôn tràn
Sinh mệnh như cỏ dại
Trước đại dịch hung tàn

Bao giờ dịch sẽ qua?
Toàn cầu đang mong ngóng
Vacxin được tìm ra
Cứu loài người được sống

Từ cố hương xa vợi
Nguyện cầu đấng Siêu Nhiên
Cứu độ toàn nhân loại
Cho anh được bình yên.

TIỂU MUỘI
Ngày 6/4/2020

Trần Gian Khốn Khổ
(Hoạ ý thơ TM)

Thời gian như đứng lại
Trái đất cũng ngừng quay
Chỉ lo âu ái ngại
Mỗi ngày như mọi ngày

Tất cả như ngừng thở
Con chim cũng ngừng bay
Chỉ sinh ly tử biệt
Mỗi ngày khác mọi ngày

Hàng vạn người cách ly
Bao nhiêu người trở lại?
Hàng ngàn người ra đi
Bao cuộc tình tê tái?

Từ phương trời diệu vợi
Em khuyên anh đừng buồn
Nhưng trái tim yếu đuối
Đã để lệ trào tuôn...

Anh cầu Đức Phật Thầy
Mau ra tay tế độ
Cứu trần gian khốn khổ
Thoát khỏi cơn đau nầy

SÔNG TƯƠNG
Ngày 6/4/2020

11

Chờ

1.
Mùa hè sao võ vàng?
Chiếc lá rơi khẽ khàng
Cứ sáng chiều chiều sáng
Rồi tàn đêm đêm tàn
Ta chờ trong giá buốt
Sóng gợn sầu mênh mang
Ơi hỡi người trong mộng!
Mãi hờ hững bẽ bàng?

2.
Mùa cách ly đèn vàng
Tiếng thời gian khẽ khàng
Nhớ nhung hoài nguyệt lặn
Thao thức mãi canh tàn
Tiếng vượn kêu lạnh lạnh
Con tim buồn mang mang
Cứ hi vọng tuyệt vọng
Mùa Hạ sao bẽ bàng?

SÔNG TƯƠNG
Ngày 17/4/2020

Lạc Đàn
Hoạ vận thơ ST

Hoàng hôn buông vội vàng
Chim lạc đàn gọi khàn
Dõi mắt nhìn trăng sáng
Gục đầu đợi đêm tàn
Mơ màng sương lạnh lẽo
Thiêm thiếp hồn mê mang
Hoang hoải tung trời mộng
Giật mình khóc bẽ bàng.

TIỂU MUỘI
Ngày 18/4/2021

12

Đôi Bờ Hạnh Phúc

Buổi sáng phía ngày rất rộn ràng
Thăm vườn thăm cây trái mùa sang
Thăm bên đêm ngàn hương lan toả
Có em với hạc nội mây ngàn

Hỡi người trong mộng dấu yêu ơi!
Hình bóng nguyên trinh đẹp tuyệt vời!
Được cùng em yêu thương tâm sự
Hạnh phúc nào hơn một kiếp người?

Buổi tối được cùng em nối thơ
Hoạ thơ đan bện mối duyên tơ
Lắng nghe chia sẻ tình tri kỷ
Trao đổi cảm thông đời như mơ!

Cảm tạ Phật Trời ban phước ân
Cho đôi ta gặp giữa dương trần
Hai tâm hồn tựa hai giọt nước
Quyện hoà làm một giữa phù vân

SÔNG TƯƠNG
27/6/2021 11:04 AM (Ứng khẩu tại chỗ)

Hạnh Phúc Đơn Sơ
(Hoạ vận thơ ST)

Đêm đến tim em lại rộn ràng
Chờ đợi dòng tin anh gửi sang
Niềm vui cứ thế dần lan toả
Ưu phiền tan biến theo gió ngàn

Hỡi chàng thi sĩ xứ xa ơi!
Tình thơ chàng kết quá tuyệt vời!
Gói trọn bao nhiêu niềm tâm sự
Như bức tranh thêu cả kiếp người

Hạnh phúc khi hoà chung ý thơ
Cùng se mối chỉ kết đường tơ
Tình anh xin được lưu giữ ký
Mong một ngày mai thoả ước mơ

Đời được mấy ai nhận hồng ân
Tri âm hạnh ngộ giữa cõi trần
Vung bút đề thơ hoạ sông nước
Tạc tấm chân tình giữa phong vân

TIỂU MUỘI
27/6/2021 11:21 AM (Ứng khẩu tại chỗ)

13

Sóng Và Bờ Cát Nha Trang
Gởi TM

Sóng vô cùng lãng mạn
Thì thầm lời dịu êm
Rằng anh con sóng bạc
Khao khát bờ cát em

Nghìn năm còn dong ruổi
Muôn kiếp chẳng xa rời
Sáng chiều luôn đeo đuổi
Ôm ấp bờ cát em

Này bờ cát bờ cát!
Sóng rì rào mỗi đêm
Hàng dừa xanh diễm tuyệt
Cuộc tình đẹp như Tiên

Sóng khẽ hôn bờ cát
Hàng thuỳ dương ngoan hiền
Hai trái tim hoà một
Tình yêu đẹp vô biên!

SÔNG TƯƠNG
Ngày 10/4/2020

Nha Trang Biển Nhớ
Hoạ ý thơ ST

Biển muôn đời vẫn mãi
Thỏ thẻ lời nhớ mong
Như cát vàng bên sóng
Trao lời yêu thắm nồng

Cát âm thầm lặng lẽ
Đếm con nước vơi đầy
Dang vòng tay ngóng đợi
Bao giờ chàng đến đây?

Này sóng ơi! sóng ơi!
Chàng vô tình có biết?
Vắng anh vài phút thôi
Nỗi nhớ càng da diết

Thuỳ dương vẫn còn đó
Nha Trang vẫn dịu hiền
Cuộc tình xưa bên biển
Vẫn trắng màu trinh nguyên.

TIỂU MUỘI
Ngày 16/4/2020

14

Vẫn Nhớ Thương Người

Tự ngồi tù tự cách ly người
Nhìn xuống dòng sông sương khói trôi
Lạnh ngắt công viên chiều đổ lá
Vắng hoe góc phố sáng sầu đời
Không còn một bóng ma tâm sự
Chỉ có hàng cây oak sánh đôi
Người ở phương trời xa có biết
Đêm đêm tôi vẫn nhớ thương người

SÔNG TƯƠNG
Ngày 5/4/2020

Nỗi Nhớ Vợi Xa
Hoạ ý thơ ST

Người nhốt hồn ta giữa tim người
Ngước nhìn bóng nhạn quyện chung đôi
Một mình lạc lõng bên hiên vắng
Bất chợt ngẫm đời giọt lệ rơi
Nhờ gió mang theo niềm tâm sự
Cậy mây gửi nhớ đến xa xôi
Người đây kẻ đó sầu muôn lối
Hồn ẩn tim ai chẳng muốn rời.

TIỂU MUỘI.
Ngày 7/4/2020

15

Nha Phu Nước Nhược Non Bồng

1.
Nha Phu trời vịnh đẹp vô song
Nước nhược non bồng đây phải không?
Đảo nổi trên đầm mây lớp lớp
Núi ăn ra biển đá chồng chồng
Ninh Vân tiên nữ nằm phơi nắng
Đá Bạc nhân ngư đẹp não lòng
Nghe suối Hoa Lan tuôn róc rách
Bên em trời đất một màu hồng

2.
Biển núi hôn nhau ngoài chấn song
Thiên Thai có phải là đây không?
Bảy hòn đảo tím mây quần tụ
Hai mặt non xanh đá chất chồng
Hòn Nứa, Hòn Lăng xinh tựa mộng
Hòn Lao, Hòn Thị đẹp nao lòng
Đôi tim nức nở hoà làm một
Chiều Vịnh Nha Phu nhuộm tím hồng

SÔNG TƯƠNG
Ngày 10/4/2020

Ba Hồ Tiên Cảnh
Hoạ ý thơ ST

Về với thiên nhiên ngắm Ba Hồ
Thầm khen tạo hoá khéo điểm tô
Lưng đồi mây ngự như tiên giáng
Lấp lánh nước trong tựa ngọc nhô

Ríu rít chim ca vui tìm bạn
Râm ran ve hát gọi hè sang
Ba Hồ chung thuỷ ôm dáng núi
Dạ thiếp sắt son khắc hình chàng.

TIỂU MUỘI
Ngày 12/4/2020

16

Nàng Tiên Vịnh Vân Phong

Trong mơ tìm đến vịnh Vân Phong
Xứ sở Tiên còn đó nhớ mong
Cửa Vạn, Hòn Ông ngàn sóng vỗ
Đầm Môn, Bãi Giếng vạn mây bồng
Giai nhân hồn gởi vào thơ nhạc
Mỹ nữ sầu dâng ngập cõi lòng
Lãng tử muôn đời còn đắm đuối
Nàng Tiên kiều diễm vịnh Vân Phong

SÔNG TƯƠNG
Ngày 10/4/2020

Vân Phong Cõi Mộng
Hoạ ý thơ ST

Tạo hoá ưu ái vịnh Vân Phong
Sơn bao thuỷ bọc tựa tiên bồng
Thi khách tìm về từ cõi mộng
Thoả lòng du ngoạn khắp núi sông.

Thiếu phụ áo thô hoà thiên nhiên
Truân chuyên phận bạc bến không thuyền
Gửi niềm tâm sự vào thơ nhạc
Hồn mộng giai nhân chốn thần tiên.

TIỂU MUỘI.
Ngày 11/4/2020

Vân Phong Kỳ Ngộ
Hoạ vận thơ TM

Trong mộng về thăm vịnh Vân Phong
Hàng hàng nước nhược với non bồng
Trùng trùng sương khói mờ hoang đảo
Lớp lớp mây chiều tím cửa sông

Tâm hồn phơi phới cảnh an nhiên
Kỳ ngộ giai nhân trên chiếc thuyền
Hoà quyện tình thơ cùng ý nhạc
Yến oanh ca hát khắp non tiên

SÔNG TƯƠNG
Ngày 11/4/2020

17

lạnh

Mưa gió khắp trời nổi bão giông
Sao nghe buông buốt tái tê lòng!
Chắc tại thu tàn hồn giá lạnh
Hay bởi nhớ người tim trở Đông?

TIỂU MUỘI
Ngày 12/11/2020

Héo Hắt
Hoạ vận thơ TM

Trời hỡi bao giờ thôi gió giông!
Bốn mùa dịch bệnh ủ ê lòng
Bên ni giản cách thương bên nớ
Tím tái hoàng hôn héo hắt Đông

SÔNG TƯƠNG
12/11/2020

18

Vân Phong Vịnh Thần Tiên

1.
Vân Phong đệ nhất vịnh thần tiên
Trời biển bao la "thuỷ phách thiên" (*)
Lạch Cổ Cò thuyền vào bến mộng
Đảo Hòn Săng khói tụ muôn niên
Tuyệt vời thuỷ mặc tranh hư huyễn
Vi diệu thiên thai xứ ảo huyền
Đến Bịp Sơn quên niềm tục luỵ
Lên Hòn Ông xoá mọi ưu phiền

2.
Mơ ước một lần đến xứ Tiên
Gặp người trong mộng áo vân thiên
Câu hò điệu lý êm như suối
Nốt nhạc vần thi đẹp vạn niên
Trên chiếc thuyền tình say mộng ảo
Cùng người tri kỷ đắm mơ huyền
Buồm neo Cửa Vạn trăng lồng bóng
Tiếng mõ Thiên Ân xoá não phiền

SÔNG TƯƠNG
Ngày 20/4/2020
(*) *"thuỷ phách thiên"* (*nước vỗ trời*) - *thơ Nguyễn Trãi*

Vân Phong Thiên Tạo Hữu Tình Đồng Tâm
(Hoạ ý thơ ST)

VÂN du chiếu thuỷ tựa dáng tiên
PHONG quyện Thiên Ân thắm vị Thiền
THIÊN phú Mũi Đôi chào nắng mới
TẠO nên cảnh sắc quá linh thiêng
HỮU ý đợi chàng nơi Bãi Giếng
TÌNH dệt nên thơ thoả ước nguyền
ĐỒNG dạ tao nhân về hạnh ngộ
TÂM hợp mặc khách đến hoà duyên.

TIỂU MUỘI
22/4/2020

19

Khúc Tự Tình
Tặng ST

Nửa mảnh trăng treo, nửa mảnh sầu
Nửa hồn đơn lạnh, biết về đâu?
Nửa câu hò hẹn còn bỏ dở
Biết người còn nhớ mối duyên đầu?

Nửa hạt nắng tàn nhuộm tóc em
Nửa tiếng thở than não nề thêm
Nửa đời mong ngóng người phương ấy
Biết người còn nhớ phút êm đềm?

Nửa khúc "hoài lang dạ cổ" buồn
Nửa đêm nức nở lệ dầm tuôn
Nửa đoạn tơ lòng sầu ai oán
Biết người có tỏ nỗi sầu thương?

Nửa bóng nhạn bay tận trời xa
Nửa thương, nửa đợi chốn quê nhà
Nửa câu hẹn ước ghi trong dạ
Người ơi! Có hiểu thấu lòng ta?

TIỂU MUỘI
Ngày 30/4/2020

Khúc Tình Thơ
Hoạ vận thơ TM

Một khúc tình thơ một phiến sầu
Một hồn si dại lạc trôi đâu?
Một bài thơ viết trong mười phút
Hỏi người còn nhớ buổi ban đầu?

Một suối tóc huyền đẹp dáng em
Một tiếng ca buồn thương nhớ thêm
Một đôi mắt ngọc sầu biết tỏ
Hỏi người còn nhớ phút êm đềm?

Một điệu "giận mà thương" mà buồn
Một trái tim sầu nước mắt tuôn
Một cảnh hai phương trời cách biệt
Hỏi người trong mộng có buồn thương?

Một vầng mây trắng lững lờ xa
Một lòng canh cánh nhớ quê nhà
Một ngôi Giác Hải đêm nào hẹn
Hỏi người trong mộng thấu lòng ta?

SÔNG TƯƠNG
Ngày 1/5/2020

20

Nhớ

Một mình thờ thẫn bên sông
Mưa rơi hay lệ đôi dòng tuôn rơi
Thương nhau xa cách phương trời
Nhớ người nên dạ đầy vơi nỗi niềm.

TIỂU MUỘI
Ngày 4/5/2020

Sầu
Hoạ ý thơ TM

Cách ly! ngoài cửa mưa thưa
Nghe từng kỷ niệm ngày xưa hiện về
Nghe đời u ám nặng nề
Nghe Hè tuyết giá sầu tê tái lòng

SÔNG TƯƠNG
Ngày 5/5/2020

21

Đêm Ảo Mộng

Chốn cô phòng ngọn đèn khuya chiếc bóng
Tê tái lòng gối mộng chẳng tròn canh
Tiếng gió lùa cứ ngỡ bước chân anh
Em vội vã bước nhanh ra hiên cửa

Chỉ là Mộng ! người xưa không về nữa
Chút ân tình tàn úa tựa khói sương.

TIỂU MUỘI
Ngày 5/5/2020

Ngày Não Nề
(Hoạ vận thơ TM)

Ngày não nề trong căn phòng một bóng
Cứ sáng chiều chiều sáng để mà chi?
Cho lòng tôi thêm ảm đạm ai bi
Dục phá thành sầu nhờ ly rượu đắng

Con đò tình chở tương tư khẳm nặng
Đang chơi vơi trên bể ái sầu đau

SÔNG TƯƠNG
Ngày 5/5/2020

22

Cõi Vô Thường

Chớ bận lòng chi chuyện ghét thương
Đời được mấy ai sống khiêm nhường
Mặc tình bao kẻ thương người ghét
Nhiều lắm trăm năm cõi vô thường.

TIỂU MUỘI
18/11/2020

Bóng Vô Thường
Hoạ thơ TM

Thị phi trần thế ghét rồi thương
Hãy để ngoài tai tâm nhún nhường
Hoài bão văn chương chưa thực hiện
Mà đời đã xế bóng vô thường

SÔNG TƯƠNG
18/11/2020

23

Biển Trời Tình Mẹ

Mẹ một đời vì con tần tảo
Cõng nắng mưa lưng áo bạc màu
Thân cò lặn lội sông sâu
Cho con hưởng trọn cả bầu sữa thơm

Vì con trẻ sớm hôm vất vả
Lo cho chồng quên cả thanh xuân
Đời mẹ nặng gánh gian truân
Bao nhiêu tươi đẹp dành phần chồng con

Tình nào sánh ngàn non, vạn biển?
Lời nào êm hơn tiếng mẹ ru?
Con đi sương khói mịt mù
Lòng in bóng mẹ mấy thu đợi chờ

Công sinh dưỡng vô bờ vô bến
Con nguyện ghi cho đến ngàn đời
Ngọt ngào con gọi: "Mẹ ơi!"
Làm sao báo đáp biển trời ơn sâu!?

TIỂU MUỘI
Ngày 8/5/2020

Một Đời Mẹ
Hoạ ý thơ TM

Trên đồng ruộng quanh năm vất vả
Áo rách bươm quên cả thân mình
Suốt đời cực khổ hi sinh
Họ hàng làng xóm nghĩa tình đậm sâu

Mái tóc đã phau phau bạc trắng
Năm canh dài hằn những vết nhăn
Năm hai mùa gió băng băng
Dầm mưa dãi nắng ai bằng Mẹ tôi?

Tìm khắp cõi nhân gian dời đổi
Chẳng tình nào sánh nổi Mẹ yêu?
Biển trời cao rộng bao nhiêu?
Mà lòng của Mẹ muôn chiều bao dung

Mẹ cầu nguyện gia trung hạnh phúc
Mong xóm làng sung túc yên bình
Giữa đời dâu biển linh đinh
Nói làm sao hết nghĩa tình mẹ tôi!

SÔNG TƯƠNG
Ngày 9/5/2020

24

Giận... Mà Thương (*)

Chiều nghe câu lý Giận Thương
Bổng trầm câu hát vấn vương nỗi niềm
Đã thương thì mấy cũng tìm
Lời thương theo gió đi tìm người xa

Bồi hồi nghe điệu dân ca
Vừa thương vừa giận mới là tình yêu
Thương nhau xin chớ trách nhiều
Yêu nhau đâu chỉ biết chìu lòng nhau

Trách mình trước, trách người sau
Giận thương là để hiểu sâu lòng người
Chiều nghe câu lý cuộc đời
Đã thương đừng giận với người mình thương!

TIỂU MUỘI
27/3/2020

(*TM thức dậy mở máy nghe bài dân ca... viết vội ghi lại ý của bài ca, tặng ST đọc cho vui nè!*)

(*) *Giận Mà Thương:* (Hò Ví Giặm) dân ca Nghệ Tĩnh.

Chiều Nghe Ai Hát Giận Thương
(Hoạ vận thơ Tiểu Muội)

Chiều nghe ai hát giận thương
Cứ da diết cứ vấn vương bao niềm
Thương ai ai kiếm ai tìm
Giận ai rồi lại ai tìm ai xa?

Chiều nghe ai hát dân ca
Lại thương lại giận lại là tình yêu
Càng ghen tương càng giận nhiều
Càng yêu tha thiết càng chìu chuộng nhau

Giận thì giận chớ giận lâu
Thương thì thương nhớ khắc sâu tim người
Giận thương thương giận ở đời
Giận thương chỉ có ở người mình thương

SÔNG TƯƠNG
Ngày 27/3/2020

25

Giữa Chốn Cô Liêu

Một mình ngồi giữa chốn cô liêu
Nắng hắt ngày buông hoang lộ chiều
Trắng xoá một bầu trời buốt giá
Lam mờ những bóng núi đìu hiu
Nhớ màu mắt tím sầu điên dại
Thương nét môi hồng mộng lạc xiêu
Rượu mật nào cho tình đắm đuối
Thân hình ngà ngọc đẫm hương yêu

SÔNG TƯƠNG
Ngày 5/4/2020

Thương Đời Viễn Xứ
Hoạ ý thơ ST

Đăm đăm dõi mắt chốn xa xôi
Mưa nhạt nhoà rơi tận cuối trời
Mờ mịt mây đen giăng kín lối
Xanh xao nỗi nhớ ngập hồn tôi
Phong trần nhuộm bạc đời lữ thứ
Tình thắm cách xa dạ đơn côi
Lòng trót trao về nơi viễn xứ
Tình ai vương vấn cả một đời.

TIỂU MUỘI
19/4/2020

26

Cô Lái Cầu Duyên

Tơ trời đã định nhân duyên
Kiếp này cô phải đưa thuyền tình yêu
Thuở xưa lỡ chuyến đò chiều
Nên giờ một bóng đìu hiu thân cò

Đường tình mấy đoạn ai đo?
Lòng người sâu, cạn? Ai dò được đâu?
Cô đành ôm mối tình sầu
Nguyện làm người kết trầu cau cho người

Sóng tình xô đẩy chơi vơi
Trăm cay, ngàn đắng bến đời quạnh hiu
Thuyền về neo bến cô liêu
Xót thương cô lái chịu nhiều bão giông

Cầu xin Nguyệt lão, Tơ hồng
Cảm thương đưa lối tình nồng se duyên
Bên ni, bên nớ chung thuyền
Đó, đây thắm mãi vẹn nguyên thơ tình.

TIỂU MUỘI
Ngày 26/4/2020

Nàng Tiên Trên Bến Mộng
(Họa vận thơ TM)

Bởi vì nặng nợ nghiệp duyên
Trời đày bắt phải chèo thuyền tình yêu
Chở đầy thơ nhạc sáng chiều
Miệt mài trên bến buồn thiu cánh cò

Mà đời không thể cân đo
Nương dâu bãi biển có dò được đâu?
Ta bà trăm đắng nghìn sầu
Đây trầu cánh phượng nọ cau vườn người

Duyên tình trắc trở chơi vơi
Bến xưa đơn lẻ dòng đời hẩm hiu
Một mình một bóng cô liêu
Trần gian bể khổ còn nhiều gió giông

Hỡi nàng Tiên phận má hồng!
Từ ngày hạnh ngộ thắm nồng mối duyên?
Dòng sông ấp ủ con thuyền
Mơ ngày sánh bước thảo nguyên diễm tình!

SÔNG TƯƠNG
28/4/2020

27

Đợi

Cách ly hồn võ vàng
Đợi mãi mùa thu sang
Bóng xế rồi xế bóng
Hoàng hôn lại hôn hoàng
Dòng đời trôi lạnh lạnh
Tình ái buồn mang mang
Bên chiếc cầu biên giới
Tiếng quyên sầu thở than

SÔNG TƯƠNG
Ngày 7/4/2020
-TM: "Từ nghịch đảo dùng rất hay. Âm sắc như tiếng chuông gió vậy." (7/4/20 12:04 PM)

Mộng
Hoạ ý thơ ST

Đợi gì? Giữa mây ngàn
Hồn phiêu lãng đi hoang
Nhặt được nhành thơ ái
Mắc vào giấc mộng vàng
Thấp thoáng kìa dáng nguyệt
Môi hồng mắt biếc xanh
Đưa tay níu nhân ảnh
Chợt giấc mộng tàn nhanh.

TIỂU MUỘI
Ngày 7/4/2020

Mắt Biển

Giữa Vườn thơ tình cờ ta đã đến
Là tình cờ hay ước hẹn từ xưa
Ánh mắt buồn, trong sáng tựa nắng trưa
Sao nói hết cho vừa niềm khắc khổ

Anh từng nói Mắt Là Khung Cửa Sổ
Để cho ta khép mở cánh cửa lòng
Còn em ví mắt kia là biển rộng
Để thấy mình nhỏ dại giữa mênh mông

Em soi mình vào ánh mắt sáng trong
Chợt nhận ra cõi lòng đầy ảo giác
Em như thuyền giữa ngàn khơi biến mất
Được vỗ về bằng ngọn sóng yêu thương

Bỗng đâu đây nguồn rung cảm lạ thường
Lạc lối rồi giữa trùng dương mắt biển
Giữa đại dương mối tình thơ ẩn hiện
Ánh mắt còn lưu luyến mãi ngàn sau.

TIỂU MUỘI
Ngày 5/4/2020

Biển Mắt
(Hoạ vận thơ Tiểu Muội)

1.
Trong chiêm bao hội Bàn Đào em đến (*)
Mình gặp nhau thiên tình sử xa xưa
Đôi mắt buồn vời vợi trước nắng trưa
Là Tiên nữ vì yêu nên phải khổ

Hồn trong veo mắt là khung cửa sổ
Đã bao đêm vò võ héo hon lòng
Mà tình em mây bay đầy biển rộng
Cho thuyền tình lạc lõng giữa mênh mông

Bên cửa sổ tâm hồn em sáng trong
Chim én để thơ sóng vàng trỗi nhạc
Thuyền cô đơn giữa muôn trùng hải giác
"Mắt biển" vỗ về ôm ấp yêu thương

Dẫu cuộc đời mãi mãi là vô thường
Kẻ ở chân mây người nơi góc biển
Lật từng trang tình mình luôn hiển hiện
Mối tình thơ miên viễn đến muôn sau

2.
Giữa vườn thơ cám ơn em đã đến
Tình đôi ta dính dáng tự ngày xưa
Bị lưu đày xuống cõi tạm giữa trưa
Vì chữ ái Trích Tiên mang "mệnh khổ"

Em từng bảo mắt là khung cửa sổ
Khi nhìn vào sẽ thấy cả tấm lòng
Đầy bí ẩn như non cao biển rộng
Cho hồn thơ bay bổng giữa mênh mông

Chuyện tình mình thật êm ả sáng trong
Cũng có lúc đầy phong ba ảo giác
Cũng có lúc cuống cuồng trong biển mắt
Trái tim em âu yếm tỏ lời thương

Cám ơn em đã đến giữa vô thường
Thơ và nhạc gởi người nơi góc biển
Vóc dáng đoan trang yêu kiều ẩn hiện
Cho tình ta tuyệt diễm đến ngàn sau

SÔNG TƯƠNG

Ngày 9/4/2020

(*) *Theo Tây Du Ký, Tây Vương Mẫu có 1 vườn bàn đào, hay sai 7 tiên nữ đem đào tiên đến Dao Trì để mở hội Bàn Đào.*

Điều Ước Nơi Em
(Tặng ST)

Có đôi lúc em ước mình là gió
Đến bên anh ru giấc mộng lành
Và nếu anh hoá thành chuông gió
Ta quyện hồn tấu khúc nhạc xanh

Có đôi lúc em ước mình đừng lớn
Mãi vô tư mặc bướm hoa vờn
Chẳng luy tình không mùi đau đớn
Cứ theo anh lẽo đẽo dỗi hờn

Có đôi khi em ước ta hãy đợi
Góp ngày dài xâu thành chuỗi yêu thương
Đêm thưởng nguyệt, ngày ngắm mây xa vợi
Dệt ý thơ, bình thế sự luân thường

Có đôi lúc em ước mình chung hướng
Dẫu hai phương cách trở vẫn mong chờ
Em vẫn mãi âm thầm nuôi dưỡng
Đến một ngày trọn vẹn mối tình thơ.

TIỂU MUỘI
28/5/2020

Có Khi Anh Mơ
Hoạ vận thơ TM

Có khi anh mơ hồn bay theo gió
Về bên em hoa cỏ nắng trong lành
Em hoá thân thành T. T. Kh.
Anh Thâm Tâm say đắm mối tình xanh

Có khi anh mơ đôi mình trẻ lại
Tuổi mười lăm hoa mộng bướm bay vờn
Sống hồn nhiên như một tờ giấy trắng
Quấn quít bên em chưa biết giận hờn

Có khi anh mơ thời gian quay ngược
Đưa ta về bên con suối yêu thương
Anh khảy đàn bầu em ca điệu lý
Sáng ngâm thơ chiều luận ý vô thường

Có khi anh mơ mình là tri kỷ
Dẫu đời chia hai ngã vẫn mong chờ
Vẫn son sắt đôi tim hoà làm một
Để muôn đời đẹp mãi mối duyên thơ

SÔNG TƯƠNG
29/5/2020

30

Nhớ Mẹ

Bao năm xa vắng Mẹ yêu
Thắt lòng thương nhớ chín chiều chơi vơi
Mẹ như bóng mát tuyệt vời
Nụ cười của Mẹ suốt đời con mơ

Nhớ quê ra ngẩn vào ngơ
Mong ngày thoả nguyện ước mơ vui vầy
Cố hương lẩn khuất chân mây
Con đi để lại thơ ngây bên trời

Xa quê nhớ lắm Mẹ ơi!
Chỉ vòng tay mẹ là nơi ấm lòng
Sớm chiều con mãi đợi mong
Được về quê Mẹ tắm dòng yêu thương.

TIỂU MUỘI
30/6/2020

Đầu Non Nhớ Mẹ
Hoạ vận thơ TM

Bao năm xa cách Mẹ yêu
Hai phương ruột đứt chín chiều lệ vơi
Âm thầm một bóng xa vời
Đêm nào Mẹ cũng cầu Trời ước mơ

Đầu non nhớ Mẹ ngẩn ngơ
Muốn về bên Mẹ tuổi thơ sum vầy
Nhưng rồi góc biển chân mây
Mịt mờ khói lửa sầu vây kín trời

Con nghe Mẹ hát à ơi...
Đẩy đưa nhịp võng buồn rơi ngập lòng
Mẹ còn tựa cửa chờ mong?
Tấm lòng của Mẹ cánh đồng yêu thương

SÔNG TƯƠNG
Ngày 1/7/2020

31

Cõi Thiên Thu
Tặng ST

Đời cõi tạm, vạn vật rồi sẽ nát
Gieo nơi tâm hạt lương thiện ban sơ
Để cảm nhận hương từ bi toả mát
Kiếp nhân sinh luôn biến chuyển hàng giờ

Đời luyến ái nên đời buồn rũ rượi
Lắm não phiền nụ cười cũng đìu hiu
Yêu là khổ... nhưng lòng hoài mong đợi
Chẳng trọn duyên hồn sa chốn tịch liêu

Lời hẹn ước hôm nao bên quán gió
Nghĩa yêu đương... ai còn có nhớ chăng?
Ta nhớ người, nhớ đến từng hơi thở
Vắng xa nhau, đời bỗng hoá tảng băng

Hòn Vọng Phu lưu tình sâu khó tả
Núi ngàn năm sừng sững giữa âm ba
Tên chúng mình, hãy tạc lên vách đá
Cõi Thiên Thu, gần mãi chẳng lìa xa.

TIỂU MUỘI
Ngày 2/6/2020

Cõi Tịch Liêu
Hoạ vận thơ TM

Người phương mô mà tim ta tan nát?
Cả linh hồn lạc lõng giữa hoang sơ
Rừng cháy rụi không còn nơi bóng mát
Ta tương tư chẳng biết tự bao giờ?

Người phương mô mà tim ta rũ rượi?
Từng đêm sầu đứng đợi giữa đìu hiu
Ai đã nói yêu là đau khổ?
Là chết trong lòng cõi tịch liêu?

Người phương mô mà tim ta áo não?
Như con thuyền chao đảo cuốn phăng phăng
Giữa đại dương ngàn ngàn con sóng bạc
Hồn căm căm chấp chới loạn sao băng

Người yêu hỡi hồn ta chừ mắc cạn
Trên đỉnh sầu than vãn vạn phong ba
Ta trách biên cương giận hờn vách đá
Trắc trở chia lìa buồn bã cách xa

SÔNG TƯƠNG
Ngày 3/6/2020

32

Thuyền Tình Trôi Xa

Thấp thoáng sương khuya phủ mái nhà
Thuyền trăng đơn lẻ chỉ mình ta
Sợi neo tình ái còn buộc chặt!
Muốn bỏ sao lòng mãi đậm đà?
Tìm đến cửa Thiền mong nhờ vả
Nhưng tình xưa chẳng thể phôi pha
Trăng rơi sóng nước tan vụn vỡ
Nhà vắng, thuyền trôi xa mãi xa

TIỂU MUỘI
15/6/2020

Giấc Mơ Của Lãng Tử
Họa vận thơ TM

1.
Trong mơ lại thấy về thăm nhà
Kỳ ngộ Thiên Ân nàng với ta
Bến cũ đò chiều mây thấp thoáng
Đường xưa bóng phượng gió la đà
Câu hò thót ruột sông trăng tỏ
Giọng hát nao lòng sóng nước pha
Trên vịnh Gió Mây thuyền cập bến
Nụ hôn nồng cháy bến bờ xa !

2.
Trong chiêm bao trở lại quê nhà
Bến nước con đò em với ta
Sánh bước bên nhau triền sóng vỗ
Tay trong tay cánh phượng la đà
Trong mắt ta em là Hoàng Hậu
Trong tim ta bậu là Châu Pha
Đẹp cả tâm hồn lẫn thể xác
Nụ hôn đầu chết lịm trăng xa

3.
Hình bóng em yêu với mái nhà
Và quê hương ngập cả tim ta
Dưới chùa Giác Hải đầm sương trắng
Trên điện Quan Âm chiếc áo đà
Xanh ngắt Rừng Dương làn khói tụ
Xa mờ Hòn Đỏ ráng chiều pha
Áo lam sen trắng cài trên ngực
Hồn tựa mây bay biển đảo xa

SÔNG TƯƠNG
Ngày 16/6/2020

33

Thương Cha

Lên thuyền Cha đã về Tây phương
Hoài niệm cháy lòng con tấm gương
Mưa lụt đơm sa bắt cá lúi
Nông nhàn đi địu tìm trầm hương
Ngày rằm dâng lễ cúng Chư Phật
Mùng một ăn chay giảng Đạo Thường
Vất vả cho đồng xanh lúa tốt
Suốt đời sống giản dị hiền lương

SÔNG TƯƠNG
19/6/2020

Nhớ Cha
Hoạ ý thơ ST

Đêm lạnh hoa cau rụng thềm nhà
Đâu đây văng vẳng nhịp song la
Ai hô Bài Chòi mà tha thiết?
Con ngỡ mơ hồ giọng của Cha
Núi Nhạn mong chờ người viễn xứ
Sông Ba chào đón khách đường xa
Con đi muôn nẻo đem theo cả
Giọng hát và hình bóng Cha già.

TIỂU MUỘI
19/6/2020

34

Vị Ngọt Tình Thơ
Tặng ST

Bước cùng anh vào vườn thơ tình ái
Nụ hồng xinh còn ngái ngủ trên cành
Lòng ngại ngùng chẳng dám ngước nhìn anh
Chỉ len lén rồi bước nhanh vội vã

Hình như hoa vừa thì thầm cùng lá
"Mối tình thơ họ đẹp quá đi thôi"
Ghì đôi vai anh trao nụ hôn môi
Em cứ ngỡ cả đất trời nghiêng ngả

Từ lồng ngực cứ từng hồi hối hả
Đôi trái tim như quên cả lối về
Vòng tay nào xiết chặt những đam mê
Vườn thơ ái bỗng tràn trề cảm xúc

Anh và em đắm chìm trong hạnh phúc
Đoá hoa hồng nở rộ chúc tình thơ.

TIỂU MUỘI
Ngày 11/6/2020

Vườn Địa Đàng Dấu Ái
Hoạ vận thơ TM

1

Thơ mộng quá vườn địa đàng dấu ái
Trái đào tiên đang ửng chín trên cành
Chim hoạ mi đứng hót với vàng anh
Mình bước khẽ đâu cần chi vội vã

Ôi tuyệt diệu lời của hoa và lá!
Khúc tình ca diễm lệ quá đi thôi!
Cháy bỏng nồng nàn những nụ hôn môi
Tay ghì chặt thuyền buồm như đổ ngã

Thần tiên quá nhịp tim luôn hối hả!
Đắm say cuồng nhiệt quên cả đường về
Hai tâm hồn ngất ngưỡng trời đam mê
Hoà làm một tràn trề bao cảm xúc

Đôi uyên ương miên man trong hạnh phúc
Ngập trời xuân chim én vẽ vời thơ

2.
Em đã đến trong khu vườn tình ái
Trái sầu riêng đang chín bói trên cành
Giữa đất trời chỉ có em và anh
Mưa tháng sáu đâu cần chi vội vã

Hoa hồng phấn thì thầm cùng chiếc lá
Chim vành khuyên đứng hót mãi không thôi
Anh ôm em trao một nụ hôn môi
Hồn si dại đất trời như sắp ngả

Em đẹp quá mà tim anh hối hả!
Em ngọc ngà anh lại chẳng muốn về
Em nồng nàn cháy bỏng lửa đam mê
Anh siết chặt tràn trề muôn cảm xúc

Hồn chết lịm đắm chìm trong hạnh phúc
Em cho anh tình khúc đẹp như thơ

3.
Cám ơn em đã cho anh tình ái
Giọt long lanh sương sớm đậu đầu cành
Là hồng nhan tri kỷ của lòng anh
Là trái chín mà anh chim vội vã

Anh tia nắng mà em là chiếc lá
Không thể thiếu nhau đơn giản vậy thôi
Thật lạ lùng cả ánh mắt bờ môi!
Không là rượu mà anh say nghiêng ngả

Không là mật mà anh luôn hối hả
Cứ bám theo em không muốn quay về
Như Romeo chết lịm si mê
Như Juliet dạt dào cảm xúc

Cám ơn em đã cho anh hạnh phúc
Cùng giọng ca mà mượt những vần thơ

4.
Mình sánh bước trong vườn hoa tình ái
Em hồng nhung mềm mại nở trên cành
Anh hạt sương mai trong vắt tinh anh
Chú sóc nhỏ cứ lăng xăng vội vã

Ánh nắng vàng lung linh xuyên kẽ lá
Đôi uyên ương kiều diễm quá đi thôi!
Bốn mắt nhìn nhau trao nụ hôn môi
Vòng tay siết nghe chiều nghiêng bóng ngả

Tim cháy bỏng đập liên hồi hối hả
Hồn đảo điên chết lả giữa thu về
Đôi tình nhân hoà làm một đê mê
Dòng thác đổ tuôn trào ngàn cảm xúc

Đời đẹp quá ngập tràn trong hạnh phúc!
Vườn địa đàng hoà tấu khúc tình thơ

SÔNG TƯƠNG
22/6/2020

35

Facebook Tình Thơ

Nếu một ngày Facebook chẳng còn em
Bên trang anh chấm xanh em tắt lịm
Lời thăm hỏi dần trở nên khan hiếm
Anh có buồn? Có tìm kiếm em không?

Nếu một ngày ta vội lướt qua nhau
Anh chẳng thiết như ngày đầu gặp gỡ
Em cũng thấy lòng không còn mong nhớ
Bản tình thơ chắc bỏ dở đoạn trường

Nếu một ngày chẳng trọn vẹn yêu đương
Ta đi qua nhau như người xa lạ
Em chắc rằng trái tim em lạnh giá
Bởi lâu rồi nó quen đã có đôi

Ừ nếu mà... thì chỉ... nếu... vậy thôi
Chứ lòng em luôn bồi hồi suy nghĩ
Em và anh mãi là đôi tri kỷ
Tặng cho đời bao hương vị Tình Thơ.

TIỂU MUỘI
26/5/2020

Nặng Mối Tình Thơ
Hoạ vận thơ TM

1

Làm sao có thể nói không yêu em
Khi hạnh phúc trái đầu mùa ngọt lịm
Khi tình yêu là món quà quý hiếm
Trời đã ban cho từ con số không

Làm sao có thể sống cách xa nhau
Khi mây sóng ngày ngày đều gặp gỡ
Khi đôi tim đêm đêm tràn thương nhớ
Cùng ước mơ ra khỏi số đoạn trường

Làm sao có thể nói thôi yêu đương
Khi em đoá hồng nhung xinh đẹp lạ!
Khi anh giọt sương mai tình tứ quá!
Khi phượng loan chiều sáng vẫn chung đôi

Khi tình mình lãng mạn quá đi thôi!
Khi lòng anh bồi hồi bao ý nghĩ
Khi em chính là hồng nhan tri kỷ
Mà tâm hồn cao đẹp tựa bài thơ

2
Nhớ ngày nào trót lỡ yêu em
Bằng tình yêu nồng nàn ngọt lịm
Vần thơ ái không bao giờ hiếm
Nơi phương trời em có thấu không?

Nhớ ngày nào mình đến với nhau
Đẹp biết mấy lần đầu gặp gỡ!
Mối duyên thơ kết từ vạn thuở
Chỉ nhớ thương cũng đủ đoạn trường

Nhớ ngày nào nói tiếng yêu đương
Hạnh phúc dâng tràn tình rất lạ!
Trái tim nồng nàn xua băng giá
Hồn đắm say mơ ước chung đôi

Nhớ ngày nào chỉ yêu em thôi
Nghĩ về em trong từng ý nghĩ
Đôi uyên ương cũng là tri kỷ
Mùa hạ hồng đẹp mối duyên thơ

3
Nếu một ngày Facebook không anh
Trang thơ bỗng im lìm chết lịm
Tin nhắn cũng trở thành hàng hiếm
Em có còn tìm kiếm anh không?

Nếu một ngày thôi nghĩ về nhau
Lòng lạnh nhạt chẳng buồn gặp gỡ
Tim tắt lửa chẳng còn thương nhớ
Tập "Song thi" chết dở đoạn trường

Nếu một ngày mất hút yêu đương
Anh và em trở thành xa lạ
Trời đất bỗng chìm trong băng giá
Chẳng tơ hồng cưới hỏi chung đôi

Em ơi chỉ giả dụ mà thôi
Bởi tận đáy lòng luôn suy nghĩ
Mình mãi mãi là đôi tri kỷ
Từ kiếp nào nặng mối tình thơ

SÔNG TƯƠNG
27/6/2020

36

Lưu Mãi Tình Thơ

Người đến lúc nào em chẳng hay
Lau hộ đời em giọt lệ đầy
Khe khẽ đặt nụ hôn nồng cháy
Nhẹ nhàng môi ấm phút mê say

Người đến bên em trong giấc mơ
Thỏ thẻ bên tai khúc tình thơ
Dệt nỗi tương tư ngàn ngày nhớ
Thêu niềm khao khát vạn đêm chờ

Người đến bên em tự lúc nào?
Cho tim trỗi nhạc, dạ xuyến xao
Đường tình trống vắng giờ huyên náo
Lối mộng lẻ loi bỗng xôn xao

Người đến thật rồi có phải chăng?
Thuyền Trăng xin mở hội Hoa Đăng
Lưu lại mối tình thơ trong trắng
Còn mãi Thuyền Trăng bên Sông Trăng.

TIỂU MUỘI
Ngày 9/7/2020

Còn Mãi Tình Thơ

1
Trong mộng về thăm em có hay?
Tình anh như sóng biển dâng đầy
Hôn em ngàn nụ hôn nồng cháy
Đôi môi ướp mật lòng say say

Đằng đẵng bao đêm dài ước mơ
Bao ngày sầu trút hết trong thơ
Cánh chim bạt gió luôn ghi nhớ
Con thú đi hoang mãi ngóng chờ

Yêu em chẳng biết tự khi nào?
Trời hồng biển biếc gió lao xao
Cọc nhọn cô đơn từ vạn kỷ
Con chim di đậu hồn xuyến xao

Từ một tấm hình em biết chăng?
Mà thành sầu mộng nhớ đăng đăng
Hồn thơ điên đảo bao đêm trắng
Thuyền Trăng hoài vọng mãi Sông Trăng

2
Ngàn dặm mơ về em có hay?
Tơ duyên trắc trở nhớ nhung đầy
Trao em tất cả tim nồng cháy
Tan chảy trong nhau tình đắm say

Môi kề môi cứ ngỡ trong mơ
Tình yêu kỳ diệu đẹp như thơ
Cho thoả một mùa Hè ngóng nhớ
Để bù những đêm Thu mong chờ

Chẳng biết yêu em tự lúc nào?
Nghe từ vạn kiếp phách hồn xao
Trải qua tam thế tình hư ảo
Còn giữ trong thần thức xuyến xao

Có phải đây là Mũi Đôi chăng?
Gió mây lồng lộng bến Hoa Đăng
Thu về kịp lúc sương giăng trắng
Thuyền Trăng in bóng trên Sông Trăng

3

Đã hết mùa Hè em có hay?
Hồn anh héo hắt lệ đong đầy
Đồng hoang cỏ cháy tim tan chảy
Nóng bỏng một tình yêu đắm say

Tám tháng u hoài sống trong mơ
Tình em đem giấu ở trong thơ
Như người mất trí đêm đêm nhớ
Tựa kẻ tương tư kiếp kiếp chờ

Mình đã phân thân tự kiếp nào?
Đớn đau cùng hạnh phúc xôn xao
Tình muốn tịnh yên đời náo nhiệt
Hai trái tim sầu khổ xuyến xao

Người về bến đợi có hay chăng?
Mùa Thu đưa lá kết Hoa Đăng
Hoa ngâu nở ngát bờ thạch thảo
Thuyền Trăng ru mãi tình Sông Trăng

4.
Mùa phượng âm thầm qua không hay
Thu vàng rụng lá sương rơi đầy
Tình em chất ngất trời hoa mộng
Từng nụ hôn xa hồn đắm say

Người bên gối chiếc ngọn đèn mơ
Hoả sơn đốt cháy cả trời thơ
Cuồng điên đói khát hoang liêu nhớ
Mòn mỏi cô đơn giá rét chờ

Người về trên bến mộng đêm nào?
Tình em vời vợi sóng xôn xao
Ngàn năm biển vẫn còn ca hát
Ôm nửa vầng trăng đơn xuyến xao

Thu về ghi dấu em hay chăng?
Thiên tình sử đẹp nhất Hoa Đăng
Đôi bờ mộng thực mờ sương khói
Thuyền Trăng còn mãi bên Sông Trăng

SÔNG TƯƠNG
22/7/2020

Gửi Người Trong Mộng

Nối Thơ

37

Tình Đẹp Duyên Lành
của ST - TM (nối thơ lục bát)

Nơi em ca vũ trống đờn
Người đông vui biết có còn nhớ anh? (ST)

Đã nhớ... nhớ suốt năm canh
Đã thương... vượt vạn trường thành vẫn thương (TM)

Đêm nằm nghe vạc kêu sương
Mong ai trên vạn bước đường hỡi em? (ST)

Thương anh thao thức tàn đêm
Nhớ anh lệ mặn ướt mềm đôi mi (TM)

Thương em ngôn hạnh nhu mì
Tình em cất giữa vần thi êm đềm (ST)

Lá đưa xào xạc ngoài thềm
Ngỡ rằng người nhớ đến em tìm về! (TM)

Thu vàng khói phủ bờ đê
Chiêm bao lữ khách tìm về thăm em (ST)

Vần thơ ngọt lịm dịu êm
Người ơi nỗi nhớ nhiều thêm từng ngày! (TM)

Mộng về tay nắm bàn tay
Bên em quên hết tháng ngày long đong (ST)

Hứa rồi đừng để em mong
Từ nay em sẽ ngóng trông mỗi ngày (TM)

Bên rèm em hỡi có hay?
Bao nhiêu sầu nhớ bao ngày lao đao (ST)

Trên trời có bao vì sao
Tình em có bấy ngọt ngào trao anh (TM)

Trái tim anh tấm lòng thành
Hôn em ngàn nụ tình anh nồng nàn (ST)

Đời em lắm đỗi trái ngang
Thương rồi đừng để bẽ bàng duyên nhau (TM)

Em ơi trăm vạn ngàn sầu!
Em hãy trút hết bên cầu cho anh (ST)

Nếu đây Tình Đẹp Duyên Lành?
Phận em xin gửi trao anh trọn đời. (TM)

SÔNG TƯƠNG & TIỂU MUỘI
Ngày 22/7/2020

38

Tình Ta Tuyệt Vời
của ST - TM (nối thơ lục bát)

Chiều nhìn từng áng mây qua
Lòng bâng khuâng vọng phương xa nhớ người (TM)

Tạ ơn em, tạ ơn Trời
Cho anh trên cả tuyệt vời Tình Yêu (ST)

Có anh đời hết quạnh hiu
Mơ ngày dạo bước vườn chiều ngắm hoa (TM)

Phương em trời đất giao hoà?
Mưa ngâu nặng hạt, xa xa cây cầu… (ST)

Phương anh chắc sắp mưa ngâu?
Xin nhờ Ô Thước bắt cầu tình duyên (TM)

Nơi anh giãn cách não phiền
Nhưng hồn anh gởi qua biên cương nào? (ST)

Nghe tin lòng dạ cồn cào
Nỗi lo dịch bệnh lúc nào mới yên? (TM)

Anh cầu Trời Phật từng đêm
Cho đôi ta được an nhiên vui vầy (ST)

Hai phương hút hút chân mây
Nhưng tim hoà điệu đong đầy yêu thương (TM)

Hai phương trời một đại dương
Tình em cứ mãi vấn vương đêm ngày (ST)

Nỗi niềm lòng muốn tỏ bày
Vòng tay mơ xiết vòng tay ấm nồng (TM)

Bốn mùa xuân hạ thu đông
Đôi uyên ương vẫn một lòng yêu nhau (ST)

Nghĩa tình nguyên vẹn trước sau
Yêu nhau cho đến bạc đầu còn yêu (TM)

Yêu em bất kể sáng chiều
Bất kể giông gió vẫn yêu dài dài (ST)

Tình ai ấm tựa nắng mai
Lời ai nghe ngọt hơn bài tình ca (TM)

Gởi em ngàn nụ hôn xa
Trăm bài thơ chép Tình Ta Tuyệt Vời (ST)

SÔNG TƯƠNG & TIỂU MUỘI
Ngày 26/7/2020

39

Tựa Đầu Cùng Ngắm Sao Đêm
của ST - TM (nối thơ lục bát)

Sao trời thao thức nhớ nhau
Còn dưới địa cầu em có nhớ anh? (ST)

Nhớ anh trăn trở tàn canh
Mơ ngày hạnh ngộ yến oanh sum vầy (TM)

Cùng em thăm vịnh gió mây
Thăm thuyền ngư phủ chất đầy cá tôm (ST)

Quê em trầm toả ngát thơm
Mạn thuyền sóng vỗ, gió nồm buồm căng (TM)

Thu về khói toả sương giăng
Cho tình lãng mạn cho trăng êm đềm (ST)

Tựa đầu cùng ngắm sao đêm
Lời thề trao gửi tình thêm nặng tình (TM)

Tóc huyền óng mượt xinh xinh
Thân ngà dáng ngọc cho tình đắm say (ST)

Tình dâng cao chín cung mây
Đôi tim hoà điệu ngập đầy thương yêu (TM)

Từ cõi Thi Tiên vì yêu
Đôi ta bị phạt chịu nhiều gian truân (ST)

Dù cho bị đoạ giáng trần
Còn duyên quyến luyến ái ân không rời (TM)

Yêu em yêu nhất trên đời
Tâm em Bồ tát nụ cười hoa sen (ST)

Thương từng vần ái thân quen
Lòng anh cao cả sang hèn vẫn thương (TM)

Nhớ em nhớ suốt canh trường
Giữa chốn vô thường em có thương anh? (ST)

Đời người sương khói mong manh
Cùng vui cùng khổ ngọt lành sớt chia (TM)

Thuyền ai thoăn thoắt bên kia?
Cho anh theo với đi zìa có nhau (ST)

Thuyền em có sẵn buồng cau
Anh giúp mua hộ khay trầu em cho (TM)

SÔNG TƯƠNG & TIỂU MUỘI
Ngày 28/7/2020

40

Thiên Đường Tình Yêu
của ST - TM (nối thơ lục bát)

Ở đâu? trong cõi người ta?
Ngọt ngào ấm áp như là lòng anh (TM)

Mòn con mắt biển xanh xanh
Ai xây vạn lý trường thành ngăn chia? (ST)

Cắt không đứt, bứt chẳng lìa
Dù cho nắng sớm mưa khuya không rời (TM)

Ngồi nhìn từng chiếc lá rơi...
Sáng thương chiều nhớ hết đời như không! (ST)

Đêm dài thao thức buồn trông
Cô phòng quạnh vắng chạnh lòng xót xa (TM)

Thằng Gù nhà thờ Đức Bà
Phong sương cỗi già em có còn thương? (ST)

Thương anh đức độ, hiền lương
Là duyên nên cõi vô thường gặp nhau (TM)

Một ngày tương ngộ trên cầu
Ngưu Lang héo sầu em có quay lưng? (ST)

Nàng Chức thương nhớ quá chừng!
Mong mùa ngâu đến đón mừng người yêu (TM)

Giai nhân tài tử dập dìu
Câu hò điệu lý sáng chiều vấn vương? (ST)

Có tình ý, mới yêu đương
Bạn bè đồng đạo bình thường trọng nhau (TM)

Người giang vĩ kẻ giang đầu
Sông Tương chở nặng mối sầu tương tư (ST)

Nhủ thầm ngày trước giá như
Tình ta trời rủ lòng từ hoà duyên (TM)

Mai về nằm kế nàng Tiên
Hôn em ngàn nụ tình thêm mặn nồng (ST)

Thuỷ chung em giữ trong lòng
Phải câu duyên nợ má hồng trao anh (TM)

Tình em cao tận mây xanh
Tạ ơn em đã cho anh Thiên đường. (ST)

SÔNG TƯƠNG & TIỂU MUỘI
Ngày 31/7/2020

41

Thuyền Sông Trăng

Từ ngày thuyền ra cửa biển
Dòng sông dài cổ ngóng trông
Con suối tuôn trào nỗi nhớ
Bờ tre gầy guộc đợi mong

Nhưng thuyền một lòng một dạ
Nhất quyết quay về với sông
Sông mừng lệ rơi lã chã
Dang tay ôm thuyền vào lòng

Thế rồi một chiều bão giông
Thuyền nằm chỏng chơ trên bãi
Xa sông lòng thuyền tê tái
Xa thuyền sông tựa mùa đông

Rồi giữa dòng đời vạn biến
Thu về khói toả sương giăng
Nai vàng đạp lên bóng nguyệt
Sông Trăng hôn nhẹ Thuyền trăng

SÔNG TƯƠNG
24/7/2020

Sông Thuyền Trăng
Hoạ vận thơ ST

Một mình dong buồm ra biển
Bao lần ngoái cổ thương trông
Ra đi chở đầy nỗi nhớ
Hẹn về cho thoả đợi mong

Lời thề khắc sâu trong dạ
Một lòng chung thuỷ cùng sông
Lưu luyến lệ tuôn lã chã
Tình này tạc dạ ghi lòng

Bỗng dưng trời nổi gió giông
Rong ruổi sông tìm bờ bãi
Vụn nát lòng thuyền tê tái
Rạn vỡ sông lạnh tựa đông

Bất chợt nỗi đau tan biến
Xa xa cửa biển khói giăng
Thuyền về! Ánh lên dáng nguyệt
Thuyền Trăng hoà quyện Sông Trăng.

TIỂU MUỘI
24/7/2020 10:02 AM

▪ ST: *Đoạn kết đẹp như trong phim, TM viết tiểu thuyết bằng thơ đó hi!* (10:17 AM)

▪ TM: *"Tình yêu của trái tim lạ lắm! Nó có thể cho mà ko cầu đc nhận. TM cảm nhận đc nhiệt huyết hết lòng vì nghệ thuật và sự khích lệ của ST, nên TM mới sáng tác trở lại."* (10:36 AM)

42

Trăn Trở

Quê hương mình giờ buồn lắm anh ơi!
Thương đất mẹ đang gồng người chống dịch
Nỗi ám ảnh mang tên SARS- Covid
Gieo bi thương, gây thảm kịch toàn cầu.

Là con người, máu cùng mặn như nhau
Cùng trăn trở, trước nỗi đau đồng loại
Người với người phải cách ly xã hội
Đường tử sanh, ôi tăm tối mịt mờ!

Hoạ từ đâu đem đến thật bất ngờ?
Trái đất hỡi... !? Đến bao giờ yên ổn
Đến bao giờ...? Loài người thôi khốn đốn?
Chợ đông vui, phố lại rộn nơi nơi?

Con chắp tay, thành tâm khấn Phật Trời
Linh Cảm Ứng cứu loài người thoát nạn
Bởi khả năng của con người giới hạn
Con khẩn nhờ nguồn ánh sáng siêu nhiên.

Cứu nhân loại, cứu đất Mẹ thiêng liêng
Đem an lành khắp tam thiên thế giới
Đường quê mẹ không còn xa vời vợi
Thoả nhớ mong bao kẻ đợi người chờ.

Trả nụ cười trên gương mặt trẻ thơ
Trả ước hẹn, và mối tình ngây dại
Trả quê Mẹ những an bình thịnh thái
Trái đất rồi, sẽ đẹp lại như xưa.

TIỂU MUỘI.
11/8/2020

Virus Từ Đâu
Hoạ ý thơ TM

1.
Hàng triệu con người nằm ngổn ngang
Sa tăng xuất hiện gây bàng hoàng
Ngàn thành phố chết trong bi thảm
Trăm quốc gia sầu giữa hỗn mang
Kẻ sống không thăm viếng kẻ chết
Tình nhân phải cách ly tình lang
Toàn cầu đại dịch ngày càng nặng
Ai đã gây ra cảnh đoạn tràng?

2.
Virus từ đâu gây đau thương?
Nhân loại sa vào cảnh đoạn trường
Thế lực ngầm đi gieo chết chóc
Đoàn quân ma đến rắc tai ương
Sa tăng thống trị trời sầu thảm
Ác quỷ lên ngôi đất chán chường
"Phạm đến Thánh Thần" gây ác nghiệp (*)
Một ngày Thiên đạo sẽ tỏ tường.

SÔNG TƯƠNG
12/8/2020

(*) KINH THÁNH: Luca 12:10 *"Bất cứ ai nói phạm đến Con Người, thì còn được tha; nhưng ai nói phạm đến Thánh Thần, thì sẽ chẳng được tha."*

Vu Lan Cảm Tác

Tháng Bảy mưa ngâu giọt giọt sa
Giật mình nhớ đến Mẹ cùng Cha
Hoa hồng trắng khẽ cài trên ngực
Ký niệm xưa về dưới mái nhà
Suốt kiếp hi sinh nào ái ngại
Cả đời thua thiệt chẳng phiền hà
Cho con đèn sách mong con lớn
Đỗ đạt thành nhân sống thật thà

SÔNG TƯƠNG
30/8/2020

Vu Lan Cảm Tác
Hoạ vận thơ ST

Thu đến chạnh lòng giọt lệ sa
Người cài hồng thắm có Mẹ Cha
Phần con hoa trắng cài lên ngực
Làn khói lam buồn toả mái nhà
Chiếc áo sờn vai không quản ngại
Một đời bương chải chẳng nề hà
Mẹ cha hằng ước con khôn lớn
Tài trí, thiện lương, sống thật thà.

TIỂU MUỘI
30/8/2020

44

Nhớ Người Lữ Thứ

Ráng chiều vừa tắt nắng
Bỗng dưng giọt mưa tuôn
Nhìn về nơi xa vắng
Có kẻ man mác buồn

Thầm đếm từng giọt nhỏ
Rả rích suốt canh thâu
Ngóng trông về phương đó
Lòng nặng trĩu ưu sầu

Người tận miền viễn xứ
Ta ở chốn quê xa
Hình bóng người lữ thứ
Mãi còn trong tim ta.

TIỂU MUỘI
26/6/2021

Yêu Vô Bến Vô Bờ
Hoạ ý thơ TM

Yêu em nhứt trên đời
Thông minh đẹp tuyệt vời
Công dung ngôn hạnh đủ
Hội tụ sắc hương trời

Má lúm nụ cười duyên
Tâm bát ngát hương thiền
Hạt mè xinh xinh điểm
Đoá hoa môi dịu hiền

Yêu em nhứt trên đời
Giọng ca em bồi hồi
Lời thơ em diễm tuyệt
Cho hồn ai chơi vơi

Càng nghe càng xao xuyến
Càng đọc càng ngẩn ngơ
Trăm bài thơ ứng khẩu
Sầu mộng đẹp không ngờ

Dòng sông trăng sáng tỏ
Chuyên chở những niềm riêng
Trôi về đâu mộng thực
Cho hồn ai uyên nguyên

Cho tim ai thổn thức
Cho hồn ai thẫn thờ
Từ khung trời viễn mộng
Yêu vô bến bờ bờ

SÔNG TƯƠNG
Ngày 28/6/2021

45

Khúc Tự Tình Mùa Hạ
Tặng ST

Anh ơi hạ đã đến rồi
Ve sầu cất tiếng bồi hồi nỉ non
Em ngồi rút sợi đa đoan
Vá khâu nửa mảnh tình còn dở dang

Trời ghen chi phận hồng nhan?
Cách chia duyên nợ đôi đàng phân ly
Một người bạt cánh chim di
Để người trông ngóng sầu bi khóc thầm

Đời em như nốt nhạc trầm
Ẩn trong cung điệu dương cầm buồn lơi
Ngồi gom từng cánh phượng rơi
Xếp đôi tim đỏ thắm lời nhớ mong

Hỏi người? Người có nghe không?
Có con Ve nhỏ rút lòng thở than
Đông đi, Xuân đến, Hạ tàn
Bao giờ em được bên chàng!!? Chàng ơi !!?

TIỂU MUỘI
19/5/2021

Khúc Thi Sầu Mùa Hạ
(Hoạ ý thơ TM)

Đọc thơ mà lệ muốn rơi
"Bao giờ em được" gặp? Ôi! nát lòng
Hỡi em! Đời quá long đong
Anh thân lãng tử núi sông mịt mùng

Đọc thơ mà lệ rưng rưng
Khúc sầu mùa Hạ muôn trùng lá bay
Phượng rơi tím cả phương này
Tròn năm xa cách trời đày đoạ ta

Đọc thơ mà dạ xót xa
Để em vò võ sương sa cuối trời
Thương em đứt ruột em ơi!
Mùa Hè mà lại tuyết rơi trắng hồn

Ve sầu rên rỉ nỉ non
Ai gây sầu khổ héo hon phân kỳ?
Đại dương trắng xoá chia ly
Tim ti-gôn héo, hồn thiên-di buồn

SÔNG TƯƠNG
Ngày 19/5/2021

Thơ Tiểu Muội

46

Định Mệnh

Bao năm rồi ta lặng lẽ chôn sâu
Giấu đắng chát mối duyên đầu tan vỡ
Chỉ thầm trách ta chẳng tròn duyên nợ
Tuổi xuân thì đã dang dở truân chuyên

Qua mất rồi đời con gái trinh nguyên
Thời chưa vướng chút muộn phiền nhân thế
Mắt trong veo chưa từng vương ngấn lệ
Chưa có người trong dạ để nhớ nhung

Mấy ai ngờ tình là áng phù dung?
Trôi lạc tận chốn mịt mùng bể khổ
Chiếc cầu duyên bỗng một ngày gãy đổ
Vùi cuộc đời xuống tận hố tối tăm

Bước ra từ những nuối tiếc xa xăm
Mới hiểu thấu những thăng trầm yêu, hận
Tự dặn lòng: quên đi! Đừng vương bận
Bởi thế thường: còn giận ắt còn yêu

Ngẫm một đời nào sống được bao nhiêu
Ta đừng để quá nhiều điều hối tiếc
Nếu định mệnh, phải yêu trong cách biệt
Cũng cam lòng tha thiết với tình ai

Bởi chữ tình vốn chẳng có đúng, sai
Chuyện ngày mai nào mấy ai biết trước
Nếu trời định tình trải qua ngũ trược
Xin nguyện lòng thêm lần nữa được yêu.

TIỂU MUỘI
Ngày 9/8/2021

Tiếc Nuối

Điểm lại ngày xưa tiếc một thời
Thương đời thiếp phụ lắm chơi vơi
Hạnh phúc vụt xa tầm tay với
Còn gì vương vấn nữa tình ơi!

Nhớ thuở tóc thề buông lả lơi
Vô tư ngày tháng mãi rong chơi
Chẳng màng ong bướm vờn lui tới
Mặc tình bao kẻ đón đưa mời

Cứ ngỡ nhân duyên bởi tơ trời
Tình nghĩa bao năm khó đổi dời
Thuyền xuôi bến lạ vui duyên mới
Để lại mình ta lệ sầu rơi

Thôi nhé! Tìm quên nhé tôi ơi!
Quá khứ đau thương hãy xa rời
Chôn vùi ký ức buồn diệu vợi
Gạt nỗi niềm riêng... bước vào đời.

TIỂU MUỘI
18/8/2020

48

Trăng Hờn Tủi

Đêm buồn dệt mộng thêu mơ
Miên man tim nhỏ dại khờ nhớ ai?
Khuê phòng cửa chốt then cài
Cớ sao tiềm thức cứ hoài đi hoang

Rằng em số phận đa đoan
Đò tình lỡ chuyến võ vàng niềm đau
Tương tư nặng một gánh sầu
Thương nhau em nguyện giữ câu hẹn thề

Mong manh một mối tình quê
Chim trời mỏi cánh thì về với em?
Ngoài trời rả rích mưa đêm
Lệ lòng lã chã ướt mềm vần thi

Đường dài vạn dặm anh đi
Để em vò võ ôm ghì nhớ thương
Trời ghen chi phận má hường?
Khiến đôi tim lạc hai phương xa vời

Còn đây nỗi nhớ đầy vơi
Lời thương còn thắm men đời nồng cay
Men sầu, anh uống có say?
Trăng buồn, em ngắm lệ đầy ý thơ.

TIỂU MUỘI
Ngày 18/8/2020

49

Cứ Ngỡ

Lỡ chuyến đò tình mộng ước chi?
Chiều thu lành lạnh nỗi đau ghì
Kẻ tay trong tay tìm phố thị
Mình ta lặng lẽ lệ hoen mi

Đã hứa dặn lòng ngoảnh mặt đi
Đời bạc như vôi nuối tiếc gì
Một thời mê đắm lời hoa mỹ
Tan cuộc bể dâu lỡ xuân thì

Cứ ngỡ rằng lòng dứt sầu bi
Buông thương, buông hận, đoạn sân si
Nào hay kí ức mờ tâm trí
Quá khứ đoạ đày phận nữ nhi

Buồn ơi xin gởi gắm vần thi
Mượn chén men tình dốc cạn ly
Lời yêu người hỡi đừng xa xỉ
Đừng xem tình tựa tấm Xiêm Y.

TIỂU MUỘI
15/8/2020

50

Lòng Em Hoài Mơ Hoang

Em mắc chiếc võng đời
Ru à ơi nỗi nhớ
Vỗ về con tim vỡ
Cho tình khờ ngủ say

Em mơ một sớm mai
Trên đường dài em bước
Có anh chờ phía trước
Duyên lại được thắm màu

Em dệt mộng ước đầu
Nụ hôn trao dào dạt
Bàn tay tìm khao khát
Hồn chất ngất hương yêu

Bao nỗi niềm chắt chiu
Một tình yêu cháy bỏng
Đưa em vào giấc mộng
Ngủ trong vòng tay anh

Mộng đời chợt tàn nhanh
Võng đời đành dừng lại
Đường đời dài xa ngái
Lòng em hoài... Mơ Hoang.

TIỂU MUỘI
Chiều 11/8/2020

51

Chiều Mưa... Khóc Thầm

Chiều buồn ngồi ngắm mưa tuôn
Bỗng dưng lã chã lệ buồn xót xa
Thương thay cho một kiếp hoa
Mỏng manh đứng giữa phong ba tơi bời

Dòng nước tựa như dòng đời
Cuốn trôi tuổi mộng về nơi mịt mờ
Thả hồn về chốn ngây thơ
Đâu rồi má lúm, tóc thề chấm vai?

Đâu rồi mắt ngọc, mày ngài?
Vô tư ca hát mặc ai não phiền
Đâu rồi cái thuở hồn nhiên?
Áo lam, Sen trắng, cửa Thiền thong dong

Còn gì đâu... để ước mong
Tình đời xô đẩy xuống dòng bể dâu
Ai gieo chi cảnh cơ cầu
Hồng nhan ngun ngút tình sầu riêng mang

Xuôi chi duyên phận lỡ làng
Phù vân một kiếp trái ngang duyên đầu
Mai này đời biết về đâu?
Mưa rơi hay giọt lệ sầu tuôn rơi?

TIỂU MUỘI
8/8/2020

52

Nợ Đời

Là em đó! Người đàn bà đã cũ
Như lục bình nếm trải đủ chông chênh
Lỗi đường tình nên duyên phận lênh đênh
Bao sóng gió cứ bồng bềnh xô đẩy

Đàn bà cũ, Vâng! chính là em đấy!
Đời nát tan, từ thuở ấy... dại khờ
Bước vào đời... cứ ngỡ đẹp như mơ
Đuổi theo bóng... lạc đến bờ vực thẳm

Là em đó! Cứ chìm trong say đắm
Ngỡ chân thành, hạnh phúc nắm trong tay
Ngỡ lời thề... sẽ mãi chẳng đổi thay
Nào đâu biết... rồi có ngày vụn vỡ

Chắc tại em! Từ kiếp xưa mắc nợ
Gieo trái ngang, nên duyên lỡ kiếp này
Bị xoáy vào vòng vay trả, trả vay
Ừ thì trả, hết kiếp này... đành vậy

Là chính em! Tự ngã rồi đứng dậy
Sợ nợ thêm, nào dám cậy nhờ ai
Cố lên em! đường phía trước còn dài
Đừng yếu đuối... Trời ngày mai sẽ sáng!

TIỂU MUỘI
Ngày 6/8/2020

53

Gõ Cửa Trái Tim
Tặng ST

Có đôi lúc em muốn lòng mở cửa
Muốn tim mình thử lần nữa được yêu
Muốn bờ môi lần nữa được nuông chiều
Muốn đời em bớt quạnh hiu lạnh giá

Trái tim em nào phải đâu sỏi đá
Cam lạnh lùng vì đã quá tổn thương
Lỗi đường tình nên chẳng dám yêu đương
Từng cay đắng nên kiên cường nguội lạnh

Sau cơn mưa bầu trời kia đã tạnh
Biết bao lần lòng canh cánh đơn côi
Em cũng là một cô gái mà thôi
Ngày mạnh mẽ để rồi đêm bật khóc

Em cũng muốn một bàn tay chăm sóc
Muốn trải lòng nỗi khó nhọc cùng ai
Lúc tủi hờn cũng cần một bờ vai
Khi yếu đuối mơ vòng tay nâng đỡ

Em e ngại vì đã từng dang dở
Sợ yêu rồi tình lại vỡ tim đau
Đứng trước anh, vờ chẳng hiểu lòng nhau
Nhưng sâu thẳm đã nhuốm màu thương nhớ

Biết bao lần muốn… yêu đi… đừng sợ!
Muốn cùng anh ghép mảnh vỡ tim hồng
Em bây giờ yêu lần nữa được không?
Yêu lần nữa, mở cửa lòng lần nữa

Nếu thật lòng, em đợi anh! gõ cửa
Em muốn mình thêm lần nữa yêu anh!

TIỂU MUỘI
Ngày 1/7/2020

Gửi Người Trong Mộng

Thơ
Sông Tương

54

Gởi Người Trong Mộng 2

Làm sao cắt nghĩa được người ơi!
Tình yêu màu nhiệm ánh sao trời
Khiến trái tim cô đơn sầu não
Cho tâm hồn xuyến xao bồi hồi

Lạ quá! mỗi lần nghĩ đến em
Ngập tràn trong hạnh phúc êm đềm
Vì đôi mắt ấy ngàn sao rụng
Và nét son môi ướp mật mềm

Biết nói gì đây em bóng đêm
Trái tim trằn trọc khổ triền miên
Lận đận hai phương trời cách biệt
Khi cố quên lòng lại nhớ thêm?

Xin gởi về em những quạnh hiu
Và khúc tình "Như đã dấu yêu" (1)
Để em nghe những khi về muộn
Và khẽ ngân nga với gió chiều

Xin gởi về em khúc "Phượng yêu" (2)
Yêu người yêu "Lá đổ muôn chiều" (3)
Yêu người yêu cả vầng trăng khuyết
Yêu cả mùa ngâu nắng lửa thiêu

Làm sao cắt nghĩa được em yêu
Chỉ biết khi yêu khổ sầu nhiều
Hồn đã theo em về xứ nớ
Cô đơn để lại giữa đìu hiu

SÔNG TƯƠNG
Ngày 26/3/2020
   1. nhạc Đức Huy.
   2. nhạc Phạm Duy.
   3. nhạc Đoàn Chuẩn, Từ Linh.

55

Gởi Người Trong Mộng 3

Ứng khẩu thành thơ ý tuyệt vời
Hồng nhan tri kỷ là em rồi!
Dịu dàng tiếng nói hoàng oanh hót
Khiêm tốn tâm hồn bích thuỷ trôi
Mắt sáng long lanh tim bối rối
Giọng ca thánh thót lòng bồi hồi
Từ đây trong chốn tao nhân ấy
Uyên thuý hoà minh ta có đôi

SÔNG TƯƠNG
Ngày 26/3/2020

Gởi Người Trong Mộng 4

Thơ em cũng đẹp như em vậy
Chết lịm hồn ta lớp lớp mây
Cám ơn em đã vì tri kỷ
Xô tan khoảng cách giữa đêm ngày

Ôi! đời rất thực tưởng như mơ
Em xoá biên cương vượt bến bờ
Để sống để yêu và hạnh phúc
Tình em ta nguyện mãi tôn thờ

SÔNG TƯƠNG
Ngày 26/3/2020

Gởi Người Trong Mộng 5

Xin gởi người trong mộng thắm nồng
Thanh tao kỳ diệu đẹp vô song
Thông minh Ngọc nữ cung Thi nhạc
Hương sắc rạng ngời tâm sáng trong

Xin gởi về em triệu đoá hồng
Mối tình thơ diễm áo sắc không
Vượt qua biển cả qua sa mạc
Để đến bên em một tấm lòng

SÔNG TƯƠNG
Ngày 28/3/2020

58

Gởi Người Trong Mộng 6

Loài hoa biết nói giữa muôn hoa
Ẩn hiện trong sương khói nhạt nhoà
Ta trót yêu em từ vạn kỷ
Hương trời sắc nước tâm hiền hoà

SÔNG TƯƠNG
Ngày 28/3/2020

59

Gởi Người Trong Mộng 7

Cuộc đời như cơn mộng dài
Mối tình thơ dại đã hai mươi ngày
Biết bao hạnh phúc đắm say
Biết bao mong nhớ đắng cay giận hờn

Phương trời ni có cô đơn?
U phòng ngục địa mỏi mòn thân tâm
Câu thơ tình bị giam cầm
Đạo nhân-hiếu cũng u trầm đớn đau

Phương trời nớ có dãi dầu?
Mười hai bến nước qua cầu điêu linh
Thương cô lái đò xinh xinh
Trường giang lạnh lẽo, lục bình xót xa

Mải mê lo việc người ta
Riêng mình đơn lẻ đi về một thân
Giữa đời hư ảo phù vân
Bến không thuyền bấy gian truân tủi hờn

Thời gian ngựa nản chân bon
Không chờ chẳng đợi hoàng hôn hôn hoàng
Mà lòng canh cánh ngổn ngang
Bèo mây lớp lớp hàng hàng trôi mau

Dòng sông lặng lẽ qua cầu
Nỗi sầu ở lại tím màu thu phong
Thương hồng nhan phận long đong
Canh dài một bóng đèn chong võ vàng

Thương mùa đông nhánh mai vàng
Trơ vơ gầy guộc phong hàn tuyết sương
Hồn mai nương ánh sao Thương
Vươn lên từ đá sắc hương rạng ngời

Thơ em xúc động bồi hồi
Giọng ca em đã dâng đời niềm vui
Người tình thơ của tôi ơi!
Mộng tình phiêu lãng mây trời hoàng hôn

Hai trái tim, một tâm hồn
Từ muôn kiếp trước vẫn còn hôm nay
Hồng trần nhiều nỗi đắng cay
Nhưng tình thơ vẫn đắm say muôn đời?

SÔNG TƯƠNG
Ngày 17/4/2020.

Gởi Người Trong Mộng 8
(LỜI TỎ TÌNH THÁNG TƯ)

Tháng Tư về phượng nở hay không nở
Ve nỉ non hay im bặt tháng ngày
Tôi vẫn yêu em cuồng nhiệt đắm say
Yêu như thế ngày mai là tận thế

Em yêu ơi! dù chân trời góc bể
Người đầu sông hay ở cuối con sông
Tôi vẫn yêu em tất cả tấm lòng
Yêu như thế đời u uyên tịch lặng

Tháng Tư về trời nắng hay không nắng
Con sông xưa xanh biếc hay không xanh
Tôi vẫn yêu em đắm đuối nhiệt thành
Yêu như thế em là người trong mộng

Em yêu ơi! dù tình thơ lận đận
Cách xa nhau bằng cả một đại dương
Tôi vẫn yêu em như bướm say hương
Yêu như thể trong hoang đường cổ tích

Yêu em mãi cho đến ngày u tịch
Cho hết vòng đời hết kiếp lai sinh
Cho hết tam thiên thế giới siêu hình
Cho hết luân hồi trầm luân khổ nhục

Yêu cả thiên đường yêu luôn địa ngục
Yêu như yêu pho tượng nữ thần
Yêu như yêu tuyệt thế giai nhân
Sắc nước hương trời nghìn năm hội tụ

Là em đó công dung gồm đủ
Rất thông minh ngôn hạnh thật thà
Rất ngọt ngào giọng hát lời ca
Và áo não vần thơ sầu mộng

Là em đó bên dòng sông in bóng
Dáng kiêu sa, hồn mộng gởi phương trời
Giữa mùa hè phiêu lãng áng mây trôi
Còn ghi dấu mối tình thơ diễm tuyệt!

SÔNG TƯƠNG
Ngày 29/4/2020

61

Duyên Nghiệp Đôi Ta Từ Kiếp Trước

Gởi TM

1.
Một ngày mùa Đông hồn anh giá lạnh
Thật tình cờ bắt gặp một tấm ảnh!
Nụ cười duyên dáng ánh mắt nghiêng trao
Như đã quen nhau tự kiếp nào?

Suốt ba tháng thương hình tưởng bóng
Em là ai? Có phải người trong mộng?
Suốt mùa Đông anh ra ngẩn vào ngơ!
Tình yêu em vô bến vô bờ

Kể từ đó anh ưu tư khổ sở
Mỗi mạch máu và trong từng hơi thở
Tím một màu sim tím nhớ nhung
Mà tình em bí nhiệm vô cùng!

"Một thời để yêu một thời để nhớ"
Ai đã viết ra câu thơ đó?
Cho lòng anh ngây ngất dại khờ
Ngày hôm qua và ngay bây giờ

5.
Cứ lẫn lộn giữa mơ và thật
Em đã đến với bờ môi rượu mật
Mắt to đen huyền ảo nghĩ suy gì?
Mái tóc thề buông thả đẹp mê ly

Tà áo đỏ trái tim hồng nồng đậm
Hàng mi cong nét xuân sơn tươi thắm
Anh đã yêu không biết tự bao giờ?
Suốt mùa Đông ra ngẩn vào ngơ!

Từng sát na ngập tràn thương với nhớ
Em đã hớp hồn anh từ vạn thuở
Cung Diêu Trì nơi mở Hội Bàn Đào
Trước Chư Tiên và muôn triệu vì sao

Hoa viên Lang Phong gần núi Thuý
Vườn Bàn Đào không xa đầm Xích Thuỷ
Hàng ngàn cây che kín núi Côn Luân
Ăn quả đào tiên trẻ đẹp trường xuân

Tây Du Ký Tề Thiên mơ bất lão
Hái trộm đào bay qua Bồng đảo
Bát Tiên quá hải thể hiện thần thông
Phó hội Bàn Đào đẹp những tấm lòng

10.
Vườn đào ấy ngày xưa mình hò hẹn
Nụ hôn lén làm em yêu e thẹn
Hai trái tim cùng một nhịp thắm nồng
Ăn trái đào tiên đôi má em hồng

Ngày Hội Yến của bà Tây Vương Mẫu
Anh xướng hoạ cùng Nàng Tiên yêu dấu
Nhắp rượu bồ đào nghe hát tình ca
Thương quá mình ơi nồng ấm thiết tha!

Điệp khúc Nghê thường vần thơ sầu mộng
Giọng liêu trai làm tim anh cháy bỏng
Hồn đi hoang xiêu dạt tận trùng khơi
Em chính là người trong mộng tuyệt vời!

Mà duyên nghiệp không chờ chẳng đợi
Bởi yêu em mà thành có tội
Anh bị đày xuống cõi trần gian
Bao ngày bao tháng phiêu bạt lang thang

Cứ tơ tưởng cứ nhớ thương mòn mỏi
Nhớ giọng hát nhớ từng lời em nói
Nhớ bờ môi thắp sáng những nụ cười
Nhớ long lanh ánh mắt đẹp rạng ngời

15.

Nhớ tất cả vần thơ em tuyệt diễm
Nhớ nhớ nhớ, không thể nào đong đếm
Thương thương thương, thương tận bầu trời cao
Đôi mắt huyền in bóng những vì sao

Như muốn tỏ bày điều chi chớp chớp?
Cho hồn anh bao nhiêu mùa thoi thóp
Cho người anh tim ruột thắt gan bào
Từ cõi Thi Tiên em cách cảm thần giao

Lòng thờ thẫn ưu tư sầu mộng
Tâm xao xuyến thất thơ vọng động
Nên bị đày xuống cõi hồng trần
Gánh oan khiên vất vả gian truân

Thân cô lẻ giữa dòng đời sương giá
Dù đau khổ không đánh rơi bản ngã
Vẫn liệt oanh trước giông bão cuộc đời
Tựa cành mai trên vách đá đâm chồi

Nở những cánh hoa vàng thoát tục
Chiều lại chiều ân cần chúc phúc
Se duyên cho thiên hạ sống bên nhau
Nhưng chính em lại đơn độc khổ sầu

20.
Ôm phi lý cuộc đời hữu hạn
Gánh bi đát lệ sầu lai láng
Tại vì đâu? Em hỡi tại vì sao?
Tận đáy lòng anh xúc cảm nghẹn ngào!

Sầu đã đổ hai phương trời khắc kỷ
Đời chia cách vạn biên cương thành luỹ
Duyên phận đôi ta ngàn nỗi khắt khe
Em đợi người trong mộng tái tê

Anh chờ người trong mơ lận đận
Ôi! duyên nghiệp cuộc tình và số phận
Trên bến đời em lái chiếc đò không
Phương trời xa anh đứng ngóng trông

Ôi! duyên nghiệp đôi ta từ kiếp trước
Vẫn còn ghi trong đáy sâu Vô thức
Nên muôn đời muôn kiếp nhớ về nhau
Dù sông ngăn núi cách biển u sầu

Ôi! duyên nghiệp đôi ta từ kiếp trước
Vẫn còn ghi trong uyên nguyên Duy thức
Nên mỗi chiều mỗi sáng nhớ về nhau
Người "Tương giang vĩ", kẻ "Tương giang đầu"

25.
Ôi! duyên nghiệp đôi ta từ kiếp trước
Vẫn còn ghi trong A lại da thức
Nên đôi tim cứ khắc khoải nhớ nhung
Tình yêu em mầu nhiệm đẹp vô cùng!

Ngày 25/6/2020
SÔNG TƯƠNG

Làm xong ngày 24/6/2020
(Ứng khẩu 17 khổ 68 câu tặng TM - đang trên xe đò SG-VG.

Sau đó thêm 8 khổ 32 câu thành 25 khổ 100 câu)

Lạc Giữa Suối Thơ

(Hồi đáp Duyên Nghiệp Đôi Ta
Từ Kiếp Trước - thơ ST)

Em lạc rồi vào suối mát nguồn thơ
Bao cảm xúc hoài ngẩn ngơ bay bổng
Nơi lồng ngực cứ dâng trào ngọn sóng
Lòng bồi hồi dao động cả buồng tim

Muôn ý thơ hay vạn ánh sao đêm?
Mà lấp lánh chừng dịu êm đến lạ!
Dấu thời gian đã khắc in tất cả
Mối tình thơ hằng ghi dạ tạc lòng

Giữa bể đời bao trắc trở bão giông
Và em như con thuyền không bến đỗ
Từ bức ảnh khiến đôi mình hạnh ngộ
Là duyên thơ hay phần số kiếp nào?

Bài thơ tình, từ dạo ấy ai trao
Đời đắng chát bỗng ngọt ngào thi vị
Kể từ đó mỗi đêm dài mộng mị
Ta với mình thành tri kỷ hoà thơ

Em biết rằng đời đâu đẹp như mơ
Sao lòng mãi cứ dại khờ rung động
Thi nhân hỡi! Nếu thương người trong mộng
Nhớ đừng quên một hình bóng quê nhà

Em gói rồi từng vần điệu thiết tha
Nụ hôn xa gửi làm quà lưu niệm
Lúc nhớ nhau vào cõi mơ tìm kiếm
Để đôi lòng ngất lịm giữa hồn thơ.

TIỂU MUỘI
Ngày 7/5/2021

Đọc Bài Tình Thơ M Viết
(Hồi đáp Lạc Giữa Suối Thơ của TM)

Anh đọc bài tình thơ M viết
Lời trái tim da diết nồng nàn
Lời tình yêu tha thiết mênh mang
Lời dòng suối dịu dàng êm ái

Trong khoảnh khắc trái tim trẻ lại
Phút huy hoàng của tuổi đôi mươi
Hiểu tình yêu mầu nhiệm cao vời
Hiểu tri kỷ rạng ngời hương sắc

Là địa đàng mê ly huyền hoặc!
Mà vần thơ dìu dặt ngôn tình
Vượt biên cương thành luỹ thác ghềnh
Xoá khoảng cách giữa mơ và thật

Không điều kiện tiền tài vật chất
Chẳng yêu cầu địa vị cao sang
Chịu khổ đau thua thiệt bần hàn
Để được ở bên nhau mãi mãi

Xin cảm tạ tình M vĩ đại
Đã cho anh tất cả thiên đường
M vương triều quyền lực yêu thương
Mà lãng tử muôn đời khao khát

Yêu bất kể triều dâng sóng dạt
Yêu điên cuồng thác đổ bờ tràn
Triệu đoá hồng xin gởi đến nàng
Thay ngàn nụ hôn xa nồng ấm

SÔNG TƯƠNG
Ngày 8/5/2021

62

Đọc Bài Thơ

Duyên Nghiệp Đôi Ta Từ Kiếp Trước
Của Sông Tương

Thật xúc động khi đọc bài trường thi DUYÊN NGHIỆP ĐÔI TA TỪ KIẾP TRƯỚC (dài 100 câu) của tác giả Sông Tương, từng khổ thơ như từng mốc thời gian tạo nên dấu ấn mang đầy kỷ niệm của mối tình thơ, ở đó tác giả đã gói trọn từng cung bậc cảm xúc, in sâu vào tâm trí bóng dáng người con gái mà tác giả hằng yêu thương.

Chỉ tình cờ thôi sao sợi dây tơ tình lại mắc vào tấm ảnh của người con gái tận trời nao? Một chút nhớ mong, một chút đợi chờ, một chút hi vọng cứ len lỏi vào tâm trí, từ đó tình yêu chớm nở tự lúc nào không ai biết, cứ thế tình đã theo mùa qua mấy độ phượng rơi.

Từng khổ thơ cứ như câu chuyện truyền thuyết liêu trai đầy mộng mị, vốn dĩ tình yêu là thế, trái tim luôn có lý lẽ riêng, làm sao có thể ngăn trái tim không thổn thức trước vẻ đẹp liêu trai dù là ảo ảnh.

Mộng hay ảo? Mơ hay thật? Đã có rất nhiều lần tác giả tự hỏi chính mình trong thế giới huyền diệu của tình yêu.

"Em là ai? Có phải người trong mộng
Suốt mùa đông anh ra ngắn vào ngơ"

"Cứ lẫn lộn giữa mơ và thật
Em đã đến với bờ môi rượu mật"

Song tác giả vẫn luôn khẳng định một sự thật đó là mối tình thơ ấy, cảm xúc ngọt ngào ấy đã và đang chiếm ngự nơi lòng.

"Điệp khúc nghê thường vần thơ sầu mộng
Giọng liêu trai làm tim anh cháy bỏng
Hồn đi hoang xiêu dạt tận trùng khơi
Em chính là người trong mộng tuyệt vời"

Điều đặt biệt mà chúng ta đang nhìn thấy qua tác phẩm là cảm xúc chân thật của tác giả với mối tình thơ sâu đậm mà tác giả đã dành cho một nữ tử chưa từng gặp gỡ chỉ qua tấm chân dung cùng vần thơ u tình thôi, tác giả dường như đã thấu hiểu được tận cùng cơ cảnh của thiếu nữ trong tranh.

Phần cuối bài thơ, tác giả đã đưa mối tình thơ ấy vào cõi mộng, không ít lần tự vấn rằng mối tình thơ nghê thường ấy có phải là tơ duyên tự kiếp nào. Cũng chính sự rung cảm lạ thường của tác giả và tấm ảnh đã tạo ra một tuyệt tác trường thi đầy đủ những cung bậc cảm xúc của tình yêu rất đời thường, có nhớ nhung, có nuối tiếc, có đợi chờ và có cả sầu tương tư.

100 câu trong 25 khổ của bài thơ đã để lại ấn tượng sâu sắc cho độc giả, từng câu chữ tạo nên sự rung động cho người đọc.

Cảm ơn tình cảm cao đẹp của tác giả dành cho mối duyên thơ và cho Người Trong Mộng của bài thơ.

Thương chúc sức khoẻ tác giả và các thi hữu ạ.

TIỂU MUỘI
Ngày 6 /5/2021

Bài Bình Thơ Của Em
(Hồi đáp bài bình thơ của TM)

Tĩnh lặng đọc bài bình thơ của em
Lời trong sáng nhẹ nhàng tinh tế
Ý sâu sắc thâm trầm mới mẻ
Tình dạt dào cởi mở bao dung

Xuyên màn đêm mưa gió bão bùng
Soi sáng trái tim yêu bí ẩn
Thấu hiểu những niềm đau thân phận
Nỗi tương tư sầu khổ kẻ đang yêu

Bằng giác quan thứ sáu cao siêu
Nhìn thấy tận đáy sâu vô thức
Của tiền kiếp trùng trùng cảm xúc
Không biệt phân là thực hay mơ

Mở trái tim cảm nhận lời thơ
Như chính em là người trong mộng
Mở tấm lòng mây trời lồng lộng
Như chính em nhân vật trong thơ

Hồng nhan tri kỷ ở trong mơ
Hội ngộ đầy liêu trai chí dị
Lời bình thơ miên man tình ý
Niềm yêu thương chia sẻ cảm thông

Em cho ta hạnh phúc ngập lòng
Được sống trong thiên đường lần nữa
Cảm tạ tình em nồng nàn chan chứa
Từ có em đời đẹp biết bao nhiêu!

SÔNG TƯƠNG
Ngày 7/5/2021.

63

Phỏng Vấn Tiểu Muội

Sông Tương (ST) phỏng vấn Tiểu Muội (TM) mấy câu sau:

■ ST: Nhận định về thơ Hàn Mặc Tử, nhà phê bình văn học Đặng Tiến viết:

"Thơ ông quý nhất ở sự chân thực, không phải là lối điểm trang ngôn từ vần vè để tô vẽ cuộc sống."

ST nghĩ rằng muốn làm 1 bài thơ hay trước tiên phải chân thực. ST nhận thấy thơ Tiểu Muội rất chân thực, chân thực cả trong mộng ảo?

■ TM: Thưa anh, thơ TM hơi giống thơ Hàn ở chỗ có nhiều trắc ẩn trong thơ, câu hỏi, câu cảm thán hay nghi ngờ mơ hồ. Nhưng TM vẫn là TM vì thơ TM là cuộc đời của TM, là tiếng lòng của TM là tình yêu thật từ trái tim của TM với 1 người tri kỷ. Thật cả trong cái thế giới hư ảo.

TM chỉ đem đời mình vào thơ, chứ ko phải dùng thơ để vẽ thêm cho đời mình. Thơ TM chính là TM, TM cảm thụ cuộc sống buồn, vui, sầu, khổ, tương tư, nhớ nhung... đều là cuộc sống mà TM đã và đang nếm trải. Không phải viết hoa mỹ cho hay mà không có cảm xúc.

TM từng nói với ST, thơ em chính là em, và nhân vật Anh trong thơ em chính là người mà TM tặng thơ. Có chủ thể rõ ràng.

■ ST: Cám ơn TM. ST nghĩ rằng, thơ hay phải đẹp lạ về ngôn ngữ + hình ảnh + âm thanh + vần điệu + tư tưởng + cảm xúc... Do đó làm được 1 bài thơ hay rất khó. Tuy nhiên, ST thấy TM có khá nhiều bài thơ hay đã đc nhiều độc giả trên FB ko tiếc lời khen ngợi, có 1 nhạc sĩ đã chọn thơ của TM để phổ nhạc.

ST công nhận thơ TM hay, tràn đầy cảm xúc, có hồn, và rất thật.

TM còn có tài ứng khẩu thành thi nhanh như chớp... có bài chỉ làm trong 5, 10 phút. Ko phải chỉ 1 vài bài mà toàn bộ trên 150 bài thơ của TM đều ứng khẩu cả. Thật lạ lùng và hiếm thấy trong đời?

■ TM: Tại ST truyền thi hứng để TM có ngôn từ lẫn hồn thơ í mờ. Ko có ST, thơ của TM vĩnh viễn mai một.

TM đã từ bỏ nghiệp văn chương, ẩn thân ko đi tìm hồn của con chữ nữa, tự dưng ST xuất hiện như một định mệnh, khơi nguồn xúc cảm, làm cho mạch nhịp nguồn thơ lại tuôn trào, và thế là TM lại chấp bút xếp vần theo anh ngao du miền tâm thức tìm nhặt lại hồn thơ vốn bị bỏ rơi.

■ ST: Thơ là mạch nước ngầm... bị chạm sẽ phụt lên... ghi ko kịp, Ô. Hoàng Cầm nói, tối ngủ Ông để giấy bút ở đầu nằm... ghi liền trong đêm, sợ sáng quên.

Nhưng TM thì đâu cần thế?

■ TM: Cảm ơn anh, chắc tại trong khi làm việc em siêng chắt lọc, cất giữ những ngôn từ đẹp, nên khi bắt đầu sáng tác em lấy ra xài á.

Lúc muốn làm thơ em lại nhắm mắt thả hồn bay qua chốn xa, trò chuyện trong ảo giác. Nghe xem trái tim nói gì thì viết vậy hi...

■ ST: Cám ơn TM chia sẻ kinh nghiệm sáng tác. ST nghĩ TM là 1 mẫu người khiêm nhường, có trí tuệ thông sáng, có bộ nhớ phi thường, đc Trời cho năng khiếu ca hát, làm thơ, ngâm thơ, làm MC, ứng khẩu thành thi, để đem niềm vui đến cho đời. Chúc TM thành công trên đường nghệ thuật.

SÔNG TƯƠNG *(ghi lại nguyên văn)*
Ngày 7/10/2022

MỤC LỤC

- DANH NGÔN | 6
- LỜI VÀO TẬP: KHUNG TRỜI VIỄN MỘNG | 7

1. Tương Tư Vì Một Tấm Hình | 12

	Xướng	**Họa**
2.	. Cảm Tạ	14	. Ninh Hoà - Vạn Giã Đâu Xa?	16
3.	. Gởi Người Trong Mộng	18	. Mộng Tình Thơ	20
	. Bài Thơ Đầu	
	Muội Viết Cho Huynh	22	
4.	. Xin Gởi Người Trong Mộng	24	. Em Đợi Người Trong Mộng	26
5.	. Giữa Mùa Đại Dịch	28	. Đại Dịch Gieo Chi	29
6.	. Đợi Gì?	30	. Trắc Trở	31
7.	. Sài Gòn Nay Bỗng Yêu Kiều	32	. Viếng Chùa	34
8.	. T và M Mối Tình Thơ	36	. Muốn Theo Anh Viếng Chùa Quê	38
9.	. Khung Trời Đợi Mong	40	. Khung Trời Ước Vọng	41
10.	. Bi Thương Mùa Covid	42	. Trần Gian Khốn Khổ	44
11.	. Chờ	46	. Lạc Đàn	48
12.	. Đôi Bờ Hạnh Phúc	50	. Hạnh Phúc Đơn Sơ	52
13.	. Sóng Và Bờ Cát Nha Trang	54	. Nha Trang Biển Nhớ	56
14.	. Vẫn Nhớ Thương Người	58	. Nỗi Nhớ Vợi Xa	59
15.	. Nha Phu Nước Nhược Non Bồng	60	. Ba Hồ Tiên Cảnh	62
16.	. Nàng Tiên Vịnh Vân Phong	64	. Vân Phong Cõi Mộng	65
	. Vân Phong Kỳ Ngộ	66	
17.	. Lạnh	68	. Héo Hắt	69
18.	. Vân Phong Vịnh Thần Tiên	70	. Vân Phong Thiên Tạo
		Hữu Tình Đồng Tâm	72

19.	. Khúc Tự Tình | 74	. Khúc Tình Thơ | 76
20.	. Nhớ | 78	. Sầu | 79
21.	. Đêm Ảo Mộng | 80	. Ngày Nào Nê | 81
22.	. Cõi Vô Thường | 82	. Bóng Vô Thường | 83
23.	. Biển Trời Tình Mẹ | 84	. Một Đời Mẹ | 86
24.	. Giận… Mà Thương | 88	. Chiều Nghe Ai Hát Giận Thương | 90
25.	. Giữa Chốn Cô Liêu | 92	. Thương Đời Viễn Xứ | 93
26.	. Cô Lái Cầu Duyên | 94	. Nàng Tiên Trên Bến Mộng | 96
27.	. Đợi | 98	. Mộng | 99
28.	. Mắt Biển | 100	. Biển Mắt | 102
29.	. Điều Ước Nơi Em | 104	. Có Khi Anh Mơ | 106
30.	. Nhớ Mẹ | 108	. Đầu Non Nhớ Mẹ | 109
31.	. Cõi Thiên Thu | 110	. Cõi Tịch Liêu | 112
32.	. Thuyền Tình Trôi Xa | 114	. Giấc Mơ Của Lãng Tử | 115
33.	. Thương Cha | 118	. Nhớ Cha | 119
34.	. Vị Ngọt Tình Thơ | 120	. Vườn Địa Đàng Dấu Ái | 122
35.	. Facebook Tình Thơ | 126	. Nặng Mối Tình Thơ | 128
36.	. Lưu Mãi Tình Thơ | 132	. Còn Mãi Tình Thơ | 134
41.	. Thuyền Sông Trăng | 156	. Sông Thuyền Trăng | 158
42.	. Trăn Trở | 160	. Virus Từ Đâu | 162
43.	. Vu Lan Cảm Tác | 164	. Vu Lan Cảm Tác | 165
44.	. Nhớ Người Lữ Thứ | 166	. Yêu Vô Bến Vô Bờ | 168
45.	. Khúc Tự Tình Mùa Hạ | 170	. Khúc Thi Sầu Mùa Hạ | 172
61.	. Duyên Nghiệp Đôi Ta Từ Kiếp Trước | 206	. Lạc Giữa Suối Thơ | 212
	. Đọc Bài Tình Thơ M Viết | 214	
62.	. Đọc Bài Thơ "Duyên Nghiệp Đôi Ta Từ Kiếp Trước" | 216	. Bài Bình Thơ Của Em | 220

- **NỐI THƠ**
  - 37 ■ Tình Đẹp Duyên Lành | 140
  - 38 ■ Tình Ta Tuyệt Vời | 144
  - 39 ■ Tựa Đầu Cùng Ngắm Sao Đêm | 148
  - 40 ■ Thiên Đường Tình Yêu | 152

- **THƠ TIỂU MUỘI**
  - 46 ■ Định Mệnh | 176
  - 47 ■ Tiếc Nuối | 178
  - 48 ■ Trăng Hờn Tủi | 180
  - 49 ■ Cứ Ngỡ | 182
  - 50 ■ Lòng Em Hoài Mơ Hoang | 184
  - 51 ■ Chiều Mưa... Khóc Thầm | 186
  - 52 ■ Nợ Đời | 188
  - 53 ■ Gõ Cửa Trái Tim | 190

- **THƠ SÔNG TƯƠNG**
  - 54 ■ Gởi Người Trong Mộng 2 | 194
  - 55 ■ Gởi Người Trong Mộng 3 | 196
  - 56 ■ Gởi Người Trong Mộng 4 | 197
  - 57 ■ Gởi Người Trong Mộng 5 | 198
  - 58 ■ Gởi Người Trong Mộng 6 | 199
  - 59 ■ Gởi Người Trong Mộng 7 | 200
  - 60 ■ Gởi Người Trong Mộng 8 | 203

  63 ■ PHỎNG VẤN TIỂU MUỘI | 222

Nhân Ảnh
2022

Liên lạc với tác giả
SÔNG TƯƠNG - TIỂU MUỘI
Email: vinhho5555@gmail.com

Liên lạc Nhà xuất bản
Nhân Ảnh
E.mail: han.le3359@gmail.com
(408) 722-5626

www.ingramcontent.com/pod-product-compliance
Lightning Source LLC
Chambersburg PA
CBHW020420010526
44118CB00010B/338